GIỚI LUẬT
BẬC TỲ-KHEO

GIỚI LUẬT BẬC TỲ-KHEO
NGUYỄN MINH TIẾN *soạn dịch*

Bản quyền thuộc về soạn giả và Nhà xuất bản Liên Phật Hội (United Buddhist Publisher)

Copyright © 2019 by United Buddhist Publisher
ISBN-13: 978-1-0906-8511-7
ISBN-10: 1-0906-8511-4

© All rights reserved. No part of this book may be reproduced by any means without prior written permission from the publisher.

NGUYỄN MINH TIẾN
soạn dịch

GIỚI LUẬT BẬC TỲ-KHEO

四分律比丘戒本

NGUYÊN BẢN HÁN VĂN
ĐÀM-VÔ-ĐỨC BỘ
TỨ PHẦN LUẬT TỲ-KHEO GIỚI BỔN

NHÀ XUẤT BẢN LIÊN PHẬT HỘI

LỄ THỌ GIỚI TỲ-KHEO

Bài này của Đàm-vô-đức bộ, ngài Đàm-đế soạn bản Hán văn vào năm 254.

Trước hết, người xin thọ cụ túc giới[1] đứng trước chư tăng mà thưa thỉnh hòa thượng rằng:

Kính bạch đại đức, xin một lòng thương tưởng đến tôi. Tôi tên là ... ... xin thỉnh đại đức làm hòa thượng. Xin đại đức vì tôi làm hòa thượng, tôi nhờ nương theo đại đức mà có thể thọ giới cụ túc. Xin đại đức lấy lòng từ bi thương xót tôi.

Thưa thỉnh như vậy ba lần. Như vị thầy nhận lời, sẽ nói là: "Tốt lắm, tôi nhận lời."

Khi ấy, chúng tăng cho người muốn thọ giới lui ra, đến một chỗ chỉ có thể nhìn thấy nhưng không nghe được nơi giới đàn. Vị giới sư sẽ thưa hỏi trước đại chúng rằng:

Bạch chư đại đức, trong các vị đây, xin hỏi ai có thể vì đệ tử này mà nhận làm giáo thọ sư hay chăng?

Vị tỳ-kheo nào trong đại chúng nhận làm giáo thọ sẽ bước ra trả lời: "Tôi có thể nhận làm."

Khi ấy, vị giới sư liền thưa trước chúng rằng:

Kính bạch chư đại đức tăng! Đệ tử đây tên là ...(tên người xin thọ giới) ... theo hòa thượng ...(tên vị hòa thượng đã nhận thỉnh) ... cầu thọ cụ túc giới. nếu chư tăng thấy đây là lúc thích hợp và ưng thuận, thì đại đức ... (tên vị đã nhận làm giáo thọ) sẽ làm giáo thọ.[2]

---

[1] Thường phải là người đã thọ giới làm sa-di qua một thời gian. Nếu người chưa thọ giới sa-di mà thọ cụ-túc giới thì vẫn được đắc giới, nhưng những người thuận cho thọ giới được xem là phạm giới.

[2] Cũng thường gọi là a-xà-lê. Nếu phân biệt đầy đủ thì cả 2 vị giáo thọ và

Nếu đại chúng yên lặng tức là đã ưng thuận. Vị giáo thọ liền đến chỗ người xin thọ giới mà hỏi rằng:

Đây là ba tấm y an-đà-hội, uất-đa-la-tăng, tăng-già-lê, đây là bình bát. Những thứ này có phải là của ông hay chăng?

Người thọ giới đáp: "Thưa, đúng là của tôi."

Vị giáo thọ dạy tiếp:

Ông nên nghe cho rõ đây. Giờ là lúc phải chí thành, lúc phải nói lên sự thật. Nay ta hỏi con, điều nào đúng thật, phải thưa là đúng thật, như có gì không thật, phải thưa là không thật.

Sau đó, vị giáo thọ lần lượt hỏi người xin thọ giới về các già nạn.[1]

- Ông có phạm vào biên tội không?[2]
- Ông có quan hệ không đúng đắn với tỳ-kheo ni không?[3]
- Ông có vì dụng ý xấu mà muốn xuất gia không?[4]
- Trước đây ông có theo ngoại đạo, xin thọ giới rồi trở lại theo ngoại đạo, nay đến xin thọ giới nữa hay không?
- Ông có phải người đã thiến dương vật không?
- Ông có phạm các tội giết cha, giết mẹ, giết A-la-hán, phá hòa hợp tăng... hay không?

---

yết-ma đều là a-xà-lê, nên có nơi gọi là giáo thọ a-xà-lê và yết-ma a-xà-lê.

[1] Tức là những điều ngăn trở việc xuất gia. Có 13 điều cả thảy.

[2] Biên tội: Là tội đã thọ giới rồi mà phạm giới, như làm chuyện dâm dục, trộm cắp, giết người, nói dối gạt người... Hoặc đã thọ cụ túc giới rồi hủy phạm, hoàn tục, nay lại đến xin thọ giới nữa. Như vậy gọi là phạm biên tội.

[3] Nghĩa là làm chuyện dan díu, tà vạy.

[4] Nghĩa là không phải vì mục đích cầu đạo giải thoát. Chẳng hạn như muốn xuất gia vì lợi dưỡng, vì muốn trốn tránh, hoặc vì có dụng ý khác...

- Ông có phải hạng bán nam bán nữ không?
- Ông tên là gì?
- Hòa thượng của ông tên là gì?
- Ông đã đủ hai mươi tuổi hay chưa?
- Cha mẹ có đồng ý cho ông xuất gia hay không?
- Ông có phải là người còn đang làm việc công, hoặc đang thiếu nợ hay không?
- Ông có mắc các chứng bệnh nan y, bệnh tâm thần hay không?

Người thọ giới phải lần lượt trả lời thông suốt từng câu hỏi trên. Nếu vướng phải một trong các vấn đề ấy thì không thể cho thọ giới. Thầy giáo thọ lại nói tiếp:

Những điều ta đã hỏi ông đây, chúng tăng rồi cũng sẽ hỏi lại như vậy. Ông lại phải như thật mà đáp không được sai khác.

Sau khi hỏi xong, thầy giáo thọ trở lại chỗ giới đàn, đứng thẳng người thưa với đại chúng rằng:

Kính bạch chư đại đức tăng! Đệ tử tên ... ... theo hòa thượng ... ... cầu thọ cụ túc giới. Nếu như đã phải lúc thích hợp, chư tăng đều ưng thuận, tôi vừa đến hỏi xong về các già nạn, xin cho phép đệ tử ấy vào đây để đại chúng xem xét.

Như đại chúng không có ai lên tiếng, tức là đã ưng thuận, thầy giáo thọ liền lớn tiếng gọi người xin thọ giới: "Hãy vào đây."

Khi người xin thọ giới đã vào đến, liền dạy đưa y bát cho vị giới sư, rồi làm lễ hết thảy chúng tăng. Sau đó, đến trước vị giới sư mà cầu thọ giới như thế này:

Kính bạch chư đại đức tăng! Tôi theo hòa thượng ... ... cầu thọ cụ túc giới. Nay xin chúng tăng thuận cho tôi được thọ cụ túc giới, hòa thượng là ... ... Xin chúng tăng từ bi thương xót cho tôi được thọ giới.

Cầu xin như vậy đủ ba lần. Vị giới sư liền đứng ra thưa với đại chúng rằng:

Kính bạch chư đại đức tăng. Đệ tử tên ... ... đây theo hòa thượng ... ... cầu thọ cụ túc giới. Nay đối trước chúng tăng xin được thuận cho thọ cụ túc giới, hòa thượng là ... ... Nếu như đã phải lúc thích hợp, chư tăng đều ưng thuận, tôi xin hỏi đệ tử ... ... về các sự ngăn trở việc xuất gia.

Sau khi thưa trước đại chúng như vậy rồi, liền nói với người xin thọ giới rằng:

Ông nên nghe cho rõ đây. Giờ là lúc phải chí thành, lúc phải nói lên sự thật. Nay ta hỏi ông, điều nào đúng thật, phải nói là đúng thật, như có gì không thật, phải nói là không thật.

Sau đó, vị giới sư lặp lại các câu hỏi mà thầy giáo thọ đã hỏi lúc nãy. Người xin thọ giới phải như thật trả lời thông suốt.

Nếu trả lời không có gì trở ngại, vị giới sư liền thưa trước đại chúng rằng:

Kính bạch chư đại đức tăng. Đệ tử tên ... ... đây theo hòa thượng ... ... cầu thọ cụ túc giới, nay xin với chúng tăng cho được thọ cụ túc giới, hòa thượng là ... ... Đệ tử tên ... ... tự nói là trong sạch, không có các sự ngăn trở việc xuất gia, đã đủ hai mươi tuổi, y bát đầy đủ. Nay xin chúng tăng cho đệ tử này thọ cụ túc giới. Trong chư đại đức tăng, vị nào ưng thuận xin lặng yên chấp nhận, vị nào không ưng thuận xin tùy tiện nói ra.

Vị giới sư lặp lại như vậy đủ ba lần. Nếu trong chúng tăng không có ai phản đối, tức là đã chuẩn thuận cho việc thọ cụ túc giới. Mọi việc cứ y theo như vậy tiến hành.

Vị giới sư nói tiếp với người xin thọ giới:

Ông hãy lắng nghe đây. Đức Như Lai Vô sở trước Chánh đẳng giác đã dạy bốn pháp ba-la-di. Nếu tỳ-kheo nào phạm vào thì không được nhận là tỳ-kheo nữa, không phải hàng đệ tử Phật. Ông hãy nghe cho rõ các pháp ấy.

1. Không được phạm vào sự dâm dục, làm chuyện không trong sạch. Nếu tỳ-kheo không giữ hạnh trong sạch, làm chuyện dâm dục, thậm chí với loài súc sanh, không còn là sa-môn, không phải là đệ tử Phật nữa. Như gạch đá đã bể nát ra, không thể nào hợp lại được nữa. Ông thọ giới này trọn đời không được phạm vào, có thể giữ được hay không?

Người thọ giới đáp: "Thưa, được."

2. Không được trộm cắp, cho dù là những món cỏ lá nhỏ nhặt. Nếu tỳ-kheo trộm lấy của người khác, hoặc chỉ bảo, sai khiến người khác trộm lấy, tự mình chặt phá, hoặc sai bảo người khác chặt phá, hoặc chôn giấu, hoặc làm thay đổi màu sắc để cho đồ vật ấy trở thành của mình, không còn là sa-môn, không phải đệ tử Phật nữa. Như người đã bị cắt đứt đầu, không thể sống lại được. Ông thọ giới này trọn đời không được phạm vào, có thể giữ được hay không?

Người thọ giới đáp: "Thưa, được."

3. Không được cố ý đoạn dứt sanh mạng của bất cứ chúng sanh nào, cho đến loài nhỏ nhoi như sâu kiến cũng vậy. Nếu tỳ-kheo tự tay đoạn dứt sanh mạng của người, hoặc cầm dao bén đưa cho người khác, bảo người khác là nên chết, khen ngợi, khuyến khích sự chết,[1] dùng thuốc độc, hoặc phá thai, hoặc thư ếm, nguyền rủa người ta cho chết, dù tự mình làm hoặc chỉ bảo sai khiến người khác làm đều không còn được

---

[1] Đây nói sự tự vẫn.

xem là sa-môn, là đệ tử Phật nữa. Như cây đa-la, trong ruột cây đã bị cắt đứt thì không thể sống được nữa.[1] Ông thọ giới này trọn đời không được phạm vào, có thể giữ được hay không?

Người thọ giới đáp: "Thưa, được."

4. Không được nói lời gian dối, sai sự thật, cho đến dù là lời nói chơi để đùa vui cũng không được. Nếu tỳ-kheo không chân thật, tự mình không có mà xưng là đã chứng đắc pháp cao thượng, được định, được Bốn không định, đắc quả Tu-đà-hoàn, Tư-đà-hàm, A-na-hàm hoặc A-la-hán, lại nói có trời, rồng... đến cúng dường cho mình, như vậy không phải là sa-môn, không phải là đệ tử Phật nữa. Như cây kim may bị sứt mất đít kim, chẳng thể dùng lại được nữa. Ông thọ giới này trọn đời không được phạm vào, có thể giữ được hay không?

Người thọ giới đáp: "Thưa, được."

Sau đó, sư Yết-ma dạy cho bốn điều để tỳ-kheo suốt đời nương theo, gọi là Tứ y pháp:

1. Người xuất gia trọn đời chỉ mặc y phục may từ những vải vụn đã bỏ đi mà chắp lại. Ông có thể giữ được không?

Người thọ giới đáp: "Thưa, được."

Tuy nhiên, nếu có ai cúng dường y phục mang nhuộm cho xấu đi thì có thể dùng được.

2. Người xuất gia trọn đời chỉ đi khất thực mà ăn. Ông có thể giữ được không?

Người thọ giới đáp: "Thưa, được."

Tuy nhiên, nếu có những dịp đặc biệt như chúng tăng cử

---

[1] Loại cây này có thể so sánh với cây dừa ở Việt Nam, nếu thối ruột thì dù còn xanh lá cũng như đã chết rồi.

đi thọ thực, thí chủ mang đến cúng dường, các ngày mùng 8, rằm, mùng một, hoặc thức ăn thường dùng của chúng tăng, hoặc thí chủ thỉnh đến cúng dường, có thể thọ nhận.

3. Người xuất gia trọn đời chỉ ngủ dưới gốc cây. Ông có thể giữ được không?

Người thọ giới đáp: "Thưa, được."

Tuy nhiên, nếu có ai cúng dường phòng riêng, phòng nhỏ, nhà đá, nhà hai phòng... thì có thể thọ nhận.

4. Người xuất gia trọn đời chỉ dùng những món đắng, hôi mà làm thuốc khi có bệnh. Ông có thể giữ được không?

Người thọ giới đáp: "Thưa, được."

Tuy nhiên, nếu có ai cúng dường sữa, dầu, sữa tươi, mật... thì có thể thọ nhận.

Cuối cùng, vị Yết-ma tuyên bố trước đại chúng rằng:

"Như vậy, ông đã được thọ cụ túc giới rồi, pháp yết-ma thọ giới như vậy đã thành tựu, được tốt đẹp, có hòa thượng, a-xà-lê đúng theo phép tắc, có chúng tăng chứng minh đầy đủ. Ông nên khéo thọ nhận giáo pháp, nên khuyến hóa việc làm phước, tu sửa tháp Phật, cúng dường chúng tăng. Hòa thượng và thầy giáo thọ dạy ông những gì đều đúng theo giáo pháp, phải một lòng vâng theo, không được trái lời... Hãy siêng năng học hỏi, tham thiền, tụng kinh, chuyên cần cầu phương tiện, ở trong pháp Phật được chứng đắc các quả vị Tu-đà-hoàn, Tư-đà-hàm, A-na-hàm, A-la-hán. Việc phát tâm xuất gia ban đầu của ông có như thế mới không uổng phí, được quả báo không cùng tận. Như có điều chi chưa hiểu, hãy thưa hỏi hòa thượng và thầy giáo thọ."

(Nghi thức thọ Đại giới của tỳ-kheo đến đây là hoàn tất. Nên cho người thọ giới lui ra.)

PHẦN HÁN VĂN

受大戒法
Thọ đại giới pháp

出曇無德律

    Xuất Đàm-vô-đức luật

曹魏安息沙門曇諦譯

    Tào Ngụy An Tức Sa-môn Đàm Đế dịch

大德一心念。我某甲。請大德為和尚。願大德。為我作和尚。我依大德故。得受具足戒，慈愍故。

    Đại đức nhất tâm niệm. Ngã mỗ giáp thỉnh đại đức vi hòa thượng. Nguyện đại đức vị ngã tác hòa thượng, ngã y đại đức cố đắc thọ cụ túc giới, từ mẫn cố.

(第二第三亦如是說。和尚應言好。若言可爾。爾時眾僧。應安欲受具足者。離聞處著見處已。戒師應問言。)

    (Đệ nhị đệ tam diệc như thị thuyết. Hòa thượng ưng ngôn hảo. Nhược ngôn khả nhĩ, nhĩ thời chúng tăng ưng an dục thọ cụ túc giả ly văn xứ trước kiến xứ dĩ. Giới sư ưng vấn ngôn.)

眾中誰能為某甲。作教授師。(若有能者，答言。我能。戒師即應作白。)

Chúng trung thùy năng vi mỗ giáp tác giáo thọ sư? (Nhược hữu năng giả, đáp ngôn: Ngã năng. Giới sư tức ưng tác bạch.)

差教授師法。大德僧聽。是某甲。從和尚某甲求受具足戒。若僧時到僧忍聽。某甲作教授師。白如是。(教授師應往受戒人所問言。)

Sai giáo thọ sư pháp. Đại đức tăng thính, thị mỗ giáp tùng hòa thượng mỗ giáp cầu thọ cụ túc giới. Nhược tăng thời đáo tăng nhận thính, mỗ giáp tác giáo thọ sư. Bạch như thị. (Giáo thọ sư ưng vãng thọ giới nhân sở vấn ngôn.)

此安陀會。鬱多羅僧。僧伽梨。是衣缽。是汝有不。(答言。是應語言。)

Thử an-đà-hội, uất-đa-la-tăng, tăng-già-lê, thị y bát, thị nhữ hữu phủ? (Đáp ngôn: Thị ứng ngữ ngôn.)

善男子諦聽。今是真誠時實語時。實當言實。不實當言不實。

Thiện nam tử đế thính. Kim thị chân thành thời, thật ngữ thời, thật đương ngôn thật, bất thật đương ngôn bất thật.

汝不犯邊罪不。汝不犯比丘尼不。汝不賊心受戒不。汝不破內外道不。汝非黃門不。汝不殺父不。汝不殺母不。汝不殺阿羅漢不。

Nhữ bất phạm biên tội phủ? Nhữ bất phạm tỷ-kheo ni phủ? Nhữ bất tặc tâm thọ giới phủ? Nhữ bất phá nội ngoại đạo phủ? Nhữ phi hoàng môn phủ? Nhữ bất sát phụ phủ? Nhữ bất sát mẫu phủ? Nhữ bất sát A-la-hán phủ?

汝不破僧不。汝不惡心出佛身血不。汝非非人不。汝非畜生不。汝非二根不。汝字何等。和尚字誰。年滿二十未。三衣缽具不。

> Nhữ bất phá tăng phủ? Nhữ bất ác tâm xuất Phật thân huyết phủ? Nhữ phi phi nhân phủ? Nhữ phi súc sanh phủ? Nhữ phi nhị căn phủ? Nhữ tự hà đẳng? Hòa thượng tự thùy? Niên mãn nhị thập vị? Tam y bát cụ phủ?

父母聽汝不。汝不負債不。汝非奴不。汝非官人不。汝是丈夫不。丈夫有如是病。癩癰疽白癩奇痏顛狂病。汝無如是諸病不。(答言。無應語言。)

> Phụ mẫu thính nhữ phủ? Nhữ bất phụ trái phủ? Nhữ phi nô phủ? Nhữ phi quan nhân phủ? Nhữ thị trượng phu phủ? Trượng phu hữu như thị bệnh: lại ung thư bạch lại hu tiêu điên cuồng bệnh. Nhữ vô như thị chư bệnh phủ? (Đáp ngôn: Vô ứng ngữ ngôn.)

如我今問汝。僧中亦當如是問汝如汝向者答我。僧中亦如是答。

> Như ngã kim vấn nhữ, tăng trung diệc đương như thị vấn nhữ. Như nhữ hướng giả đáp ngã, tăng trung diệc như thị đáp.

(教授師如是問已還僧中如常威儀，至舒手及僧處立，應如是白。)

(Giáo thọ sư như thị vấn dĩ, hoàn tăng trung như thường oai nghi, chí thư thủ cập tăng xứ lập, ưng như thị bạch.)

大德僧聽。是某甲從和尚某甲求受具足戒。若僧時到僧忍聽。我問已聽將來。白如是。

Đại đức tăng thính, thị mỗ giáp tùng hòa thượng mỗ giáp cầu thọ cụ túc giới. Nhược tăng thời đáo tăng nhận thính, ngã vấn dĩ thính tương lai bạch như thị.

(教授師喚受戒人言汝來來已為捉衣缽與戒師。教禮僧足已，在戒師前。長跪合掌。教授師應教乞戒如是白。)

(Giáo thọ sư hoán thọ giới nhân ngôn: Nhữ lai. Lai dĩ vi tróc y bát dữ giới sư. Giáo lễ tăng túc dĩ, tại giới sư tiền, trường quỳ hiệp chưởng. Giáo thọ sư ưng giáo khất giới như thị bạch.)

大德僧聽。我某甲。從和尚某甲求受具足戒。我某甲。今從僧乞受具足戒。和尚某甲。願僧濟度我。慈愍故（第二第三亦如是說。戒師應作白。）

Đại đức tăng thính. Ngã mỗ giáp tùng hòa thượng mỗ giáp cầu thọ cụ túc giới. Ngã mỗ giáp kim tùng tăng khất thọ cụ túc giới. Hòa thượng mỗ giáp nguyện tăng tế độ ngã, từ mẫn cố. (Đệ nhị đệ tam diệc như thị thuyết. Giới sư ưng tác bạch.)

大德僧聽。是某甲。從和尚某甲求受具足戒此某甲。今從眾僧乞受具足戒。和尚某甲。若僧時到僧忍聽。我問諸難事。白如是。

Đại đức tăng thính, thị mỗ giáp tùng hòa thượng mỗ giáp cầu thọ cụ túc giới thử mỗ giáp kim tùng chúng tăng khất thọ cụ túc giới, hòa thượng mỗ giáp. Nhược tăng thời đáo, tăng nhận thính, ngã vấn chư nạn sự. Bạch như thị.

（作是白已應問言。）

(Tác thị bạch dĩ ưng vấn ngôn.)

善男子聽。今是真誠時實語時。我今問汝。當隨實答。

Thiện nam tử thính, kim thị chân thành thời, thật ngữ thời, ngã kim vấn nhữ, đương tùy thật đáp.

汝不犯邊罪不。汝不犯淨戒尼不。汝不賊心受戒不。汝不破內外道不。汝非黃門不。汝不殺父不。汝不殺母不。汝不殺阿羅漢不。

Nhữ bất phạm biên tội phủ? Nhữ bất phạm tịnh giới ni phủ? Nhữ bất tặc tâm thọ giới phủ? Nhữ bất phá nội ngoại đạo phủ? Nhữ phi hoàng môn phủ? Nhữ bất sát phụ phủ? Nhữ bất sát mẫu phủ? Nhữ bất sát A-la-hán phủ?

汝不破僧不。汝不惡心出佛身血不。汝非非人不。汝非畜生不。汝非二根不。汝字何等。和尚字誰。年滿二十未。三衣缽具不。父母聽汝不。汝不負債不。汝非奴不。汝非官人不。汝是丈夫不。丈夫有如是病。癩癰疽白癩奇痟癲狂病。汝無如是諸病不。

（若言無，應作白四羯磨。）

> Nhữ bất phá tăng phủ? Nhữ bất ác tâm xuất Phật thân huyết phủ? Nhữ phi phi nhân phủ? Nhữ phi súc sanh phủ? Nhữ phi nhị căn phủ? Nhữ tự hà đẳng? Hòa thượng tự thùy? Niên mãn nhị thập vị? Tam y bát cụ phủ? Phụ mẫu thính nhữ phủ? Nhữ bất phụ trái phủ? Nhữ phi nô phủ? Nhữ phi quan nhân phủ? Nhữ thị trượng phu phủ? Trượng phu hữu như thị bệnh: lại ung thư bạch lại hu tiêu điên cuồng bệnh. Nhữ vô như thị chư bệnh phủ?
>
> (Nhược ngôn vô, ưng tác bạch tứ yết-ma.)

大德僧聽。是某甲從和尚某甲求受具足戒。此某甲。今從眾僧乞受具足戒和尚某甲。某甲自說清淨無諸難。事年滿二十三衣缽具。若僧時到僧忍聽。僧今授某甲具足戒。和尚某甲白如是。

> Đại đức tăng thính, thị mỗ giáp tùng hòa thượng mỗ giáp cầu thọ cụ túc giới. Thử mỗ giáp kim tùng chúng tăng khất thọ cụ túc giới hòa thượng mỗ giáp. Mỗ giáp tự thuyết thanh tịnh vô chư nạn, sự niên mãn nhị thập, tam y bát cụ. Nhược tăng thời đáo tăng nhận thính, tăng kim thọ mỗ giáp cụ túc giới, hòa thượng mỗ giáp. Bạch như thị.

大德僧聽。是某甲。從和尚某甲求受具足戒。此某甲今從眾僧乞受具足戒。和尚某甲。某甲自說清淨無諸難事。年滿二十三衣缽具僧今授某甲具足戒。和尚某甲。誰諸長老忍。僧與某甲受具足戒和尚某甲者默然。誰不忍者說。是初羯磨。

(第二第三亦如是說。)

> Đại đức tăng thính. Thị mỗ giáp tùng hòa thượng mỗ giáp cầu thọ cụ túc giới thử mỗ giáp kim tùng chúng tăng khất thọ cụ túc giới hòa thượng mỗ giáp. Mỗ giáp tự thuyết thanh tịnh vô chư nạn sự, niên mãn nhị thập, tam y bát cụ. Tăng kim thọ mỗ giáp cụ túc giới, hòa thượng mỗ giáp. Thùy chư trưởng lão nhận, tăng dữ mỗ giáp thọ cụ túc giới, hòa thượng mỗ giáp giả mặc nhiên. Thùy bất nhận giả thuyết. Thị sơ yết ma.
> (Đệ nhị, đệ tam diệc như thị thuyết.)

僧已與某甲受具足戒竟。和尚某甲竟。僧忍默然故。是事如是持。

> Tăng dĩ dữ mỗ giáp thọ cụ túc giới cánh, hòa thượng mỗ giáp cánh, tăng nhận mặc nhiên cố, thị sự như thị trì.

善男子諦聽。如來無所著等正覺說四波羅夷法。若比丘犯一一法，非沙門，非釋種子。

> Thiện nam tử đế thính. Như Lai vô sở trước đẳng chánh giác thuyết tứ ba-la-di pháp. Nhược tỳ-kheo, phạm nhất nhất pháp, phi sa-môn, phi Thích chủng tử.

汝一切不得犯婬作不淨行。若比丘犯不淨行。受婬欲法。乃至共畜生。非沙門非釋種子。

> Nhữ nhất thiết bất đắc phạm dâm, tác bất tịnh hạnh. Nhược tỳ-kheo, phạm bất tịnh hạnh thọ dâm dục

pháp, nãi chí cộng súc sanh, phi sa-môn, phi Thích chủng tử.

如折石破不可還合。是中盡形壽不得犯。能持不。(答言。能。)

Như chiết thạch phá bất khả hoàn hiệp. Thị trung tận hình thọ bất đắc phạm. Năng trì phủ? (Đáp ngôn: Năng.)

一切不得盜乃至草葉。若比丘盜人五錢若過五錢。若自取若教人取。若自斫教人斫。若自破教人破。若自燒教人燒。若埋若壞色。非沙門非釋種子。

Nhất thiết bất đắc đạo, nãi chí thảo diệp. Nhược tỳ-kheo, đạo nhân ngũ tiền, nhược quá ngũ tiền, nhược tự thủ nhược giáo nhân thủ, nhược tự chước, giáo nhân chước, nhược tự phá, giáo nhân phá, nhược tự thiêu, giáo nhân thiêu, nhược mai nhược hoại sắc, phi sa-môn phi Thích chủng tử.

猶如截頭不復還活。汝是中盡形壽不得犯。能持不。(答言。能。)

Do như tiệt đầu bất phục hoàn hoạt. Nhữ thị trung tận hình thọ bất đắc phạm. Năng trì phủ? (Đáp ngôn: Năng.)

一切不得故斷眾生命乃至蟻子。若比丘故自手斷人命。持刀授與人。教死讚死勸死。與人非藥。若墮胎若厭禱殺。自作方便若教人作。非沙門非釋種子。

Nhất thiết bất đắc cố đoạn chúng sanh mạng, nãi chí nghĩ tử. Nhược tỳ-kheo, cố tự thủ đoạn nhân mạng, trì đao thọ dữ nhân, giáo tử, tán tử, khuyến tử, dữ nhân phi dược, nhược đọa thai, nhược yểm đảo sát, tự tác phương tiện, nhược giáo nhân tác, phi sa-môn phi Thích chủng tử.

猶如多羅樹心斷不復生。汝是中盡形壽不得犯。能持不。(答言。能。)

Do như đa-la thọ, tâm đoạn bất phục sanh. Nhữ thị trung tận hình thọ bất đắc phạm. Năng trì phủ? (Đáp ngôn: Năng.)

一切不得妄語乃至戲笑。若比丘不真實非己有。自稱言得上人法。得禪得解脫得定得四空定。得須陀洹果斯陀含果阿那含果阿羅漢果。言天來龍來鬼神來供養我。非沙門非釋種子。

Nhất thiết bất đắc vọng ngữ, nãi chí hý tiếu. Nhược tỳ-kheo, bất chân thật, phi kỷ hữu tự xưng ngôn đắc thượng nhân pháp, đắc thiền, đắc giải thoát, đắc định, đắc tứ không định, đắc Tu-đà-hoàn quả, Tư-đà-hàm quả, A-na-hàm quả, A-la-hán quả, ngôn thiên lai, long lai, quỷ thần lai cúng dường ngã, phi sa-môn phi Thích chủng tử.

如針鼻破不復用。汝是中盡形壽不得犯。能持不。(答言。能。)

Như châm tỷ phá bất phục dụng. Nhữ thị trung tận hình thọ bất đắc phạm. Năng trì phủ? (Đáp ngôn: Năng.)

善男子諦聽。如來無所著等正覺說四依法。比丘依是出家。

Thiện nam tử đế thính. Như Lai vô sở trước đẳng chánh giác thuyết tứ y pháp. Tỳ kheo y thị xuất gia.

依糞掃衣。是比丘出家人法，是中盡形壽能持不。(答言。能。)

Y phấn tảo y, thị tỳ-kheo xuất gia nhân pháp, thị trung tận hình thọ. Năng trì phủ? (Đáp ngôn: Năng.)

若得長利，檀越施衣，割壞衣，得受。

Nhược đắc trưởng lợi đàn việt thí y, cát hoại y đắc thọ.

依乞食。是比丘出家人法。是中盡形壽。能持不。(答言。能。)

Y khất thực. Thị tỳ-kheo xuất gia nhân pháp, thị trung tận hình thọ năng trì phủ? (Đáp ngôn: Năng.)

若得長利。若僧差食。若檀越送食。月八日食。十五日食。月初日食。眾僧常食。檀越請食。得受。

Nhược đắc trưởng lợi, nhược tăng sai thực, nhược đàn việt tống thực nguyệt bát nhật thực, thập ngũ nhật thực, nguyệt sơ nhật thực, chúng tăng thường thực, đàn việt thỉnh thực đắc thọ.

依樹下坐。是比丘出家人法。是中盡形壽能持不。(答言。能。)

Y thọ hạ tọa. Thị tỳ-kheo xuất gia nhân pháp, thị trung tận hình thọ năng trì phủ? (Đáp ngôn: Năng.)

若得長利。別房尖頭屋。小房石室兩房一戶。得受。

> *Nhược đắc trưởng lợi biệt phòng tiêm đầu ốc, tiểu phòng thạch thất, lưỡng phòng nhất hộ, đắc thọ.*

依腐爛藥。是比丘出家人法。是中盡形壽能持不。(答言。能。)

> *Y hủ lan dược. Thị tỳ-kheo xuất gia nhân pháp, thị trung tận hình thọ năng trì phủ? (Đáp ngôn: Năng.)*

若得長利。酥油石蜜。得受。

> *Nhược đắc trưởng lợi tô du thạch mật, đắc thọ.*

汝已受戒竟。白四羯磨如法成就。得好處所。和尚如法。阿闍梨如法。眾僧具足。當善受教法。應勸化作福治塔供養眾僧。和尚阿闍梨一切如法教。不得違逆。應學問坐禪誦經勤求方便。於佛法中得須陀洹果斯陀含果阿那含果阿羅漢果。

> *Nhữ dĩ thọ giới cánh, bạch tứ yết ma như pháp thành tựu, đắc hảo xứ sở, hòa thượng như pháp, a-xà-lê như pháp, chúng tăng cụ túc, đương thiện thọ giáo pháp, ưng khuyến hóa tác phước, trị tháp cúng dường chúng tăng, hòa thượng a-xà-lê, nhất thiết như pháp giáo, bất đắc vi nghịch, ưng học vấn tọa thiền, tụng kinh, cần cầu phương tiện, ư Phật pháp trung đắc Tu-đà-hoàn quả, Tư-đà-hàm quả, A-na-hàm quả, A-la-hán quả.*

汝始發心出家。功不唐捐,果報不絕。餘所未知。當問和尚阿闍梨。

> *Nhữ thủy phát tâm xuất gia, công bất đường quyên, quả báo bất tuyệt. Dư sở vị tri, đương vấn hòa thượng, a-xà-lê.*

(應令受戒人在前而去。)

> *(Ưng linh thọ giới nhân tại tiền nhi khứ.)*

GIỚI LUẬT TỲ-KHEO

Theo giới luật quy định, mỗi tháng hai kỳ, chư tăng ở mỗi trụ xứ phải tụ họp lại một chỗ để cùng nhau tụng đọc giới luật. Điều này giúp thường xuyên nhắc nhở việc trì giới, và cũng giúp uốn nắn kịp thời những sai phạm của mỗi người.

Phần trích dịch của chúng tôi dưới đây lấy từ bộ Tứ phần luật của ngài Phật-đà-da-xá[1] và Trúc Phật Niệm cùng dịch từ chữ Phạn sang chữ Hán vào đời Hậu Tần. Nguyên văn chữ Hán được in kèm theo sau để tiện việc đối chiếu, tham khảo.

I. PHẦN MỞ ĐẦU GIỚI KINH

Con kính lễ chư Phật,
Cùng Pháp và Chư Tăng.
Nay giảng nói Giới luật,
Chánh pháp trụ lâu dài.
Giới pháp không bờ bến,
Như báu, cầu không chán.
Muốn vun bồi Chánh pháp,
Phải cùng nghe thuyết giới.
Muốn trừ Bốn ác pháp,[2]

---

[1] Phật-đà-da-xá (**Buddhayaśas**), Hán dịch là Giác Minh, hay Giác Danh. Ngài là cao tăng nước Kế Tân, thầy của ngài Cưu-ma-la-thập. Ngài có bộ râu đỏ, lại từng dịch bộ Đại luận Tỳ-bà-sa, nên người đời thường gọi là Xích Tỳ-bà-sa.

[2] Nguyên văn: "Tứ khí pháp", bốn điều phạm vào sẽ bị dứt bỏ ra khỏi chúng tăng. Đó là các tội: giết người, trộm cắp, dâm dục và nói dối.

Mười ba tội Tăng tàn,[1]
Ba mươi tội Xả đọa,[2]
Phải cùng nghe thuyết giới.
Tỳ-bà-thi,[3] *Thi-khí,*[4]
Tỳ-xá,[5] *Câu-lưu-tôn,*[6]
Câu-na-hàm Mâu-ni,[7]
Ca-diếp,[8] *Thích-ca Văn.*[9]
Chư đại đức Thế Tôn,
Vì chúng ta thuyết dạy.
Tôi nay xin lặp lại,
Các vị cùng lắng nghe.
Như người bị què chân,
Không thể đi đứng được.
Cũng vậy, người phạm giới,
Không sanh cõi trời, người.[10]
Người muốn sanh cõi trời,
Hoặc trong chốn nhân gian,

---

[1] Mười ba tội Tăng tàn, nghĩa là các tội nặng nhưng còn có thể nhờ sám hối với tăng chúng mà cứu được.

[2] Các tội liên quan đến tích lũy tài vật, phải đối trước chúng tăng mà xả bỏ, sau đó sám hối.

[3] Tỳ-bà-thi (**Vipāsyin**), cũng đọc là Duy-vệ, tên một vị Phật ra đời vào quá khứ Trang Nghiêm kiếp, Hán dịch là Thắng Quan Phật.

[4] Thi-khí (**Śikhin**), cũng đọc là Thức-khí, tên một vị Phật ra đời vào quá khứ Trang Nghiêm kiếp, Hán dịch là Hỏa Phật.

[5] Tỳ-xá (**Visvabhu**), cũng đọc là Tỳ-xá-phù, tên một vị Phật ra đời vào quá khứ Trang Nghiêm kiếp, Hán dịch là Biến Nhất Thiết Tự Tại.

[6] Câu-lưu-tôn (**Krakucchanda**), cũng đọc là Ca-la-tôn-đại, tên vị Phật ra đời đầu tiên trong Hiền kiếp hiện tại, Hán dịch là Sở Ưng Đoạn Phật.

[7] Câu-na-hàm Mâu-ni (**Kanakamuni**), tên vị Phật tiếp theo trong Hiền kiếp hiện tại, Hán dịch là Kim Tịch Phật.

[8] Ca-diếp (**Kāśyapa**), cũng đọc là Ca-diếp-ba, hán dịch là Ẩm Quang Phật.

[9] Thích-ca Văn, tức là Phật Thích-ca Mâu-ni (**Śākyamuni**).

[10] Nghĩa là phải đọa vào các đường ác, không thể sanh trong cõi trời, cõi người.

Phải thường giữ Giới luật,
Không để cho hủy phạm.
Như xe vào đường hiểm,
Bị mất chốt, gãy trục.
Người phạm giới cũng vậy,
Giờ sắp chết lo sợ.[1]
Như người tự soi gương,
Đẹp, xấu sinh ưa, chán.[2]
Nghe thuyết giới cũng vậy,
Không hủy phạm, vui mừng.[3]
Như đôi bên giao chiến,
Mạnh tiến, yếu phải lùi.
Nghe thuyết giới cũng vậy,
Trong sạch được an ổn.[4]
Vua đứng đầu trăm họ,
Biển hơn cả muôn sông,
Trăng vượt hơn ngàn sao,
Phật vượt trên các thánh.

Cũng vậy, trong các luật,
Giới kinh là trên hết.
Do chính Phật thuyết dạy,
Nửa tháng tụng một lần.[5]

---

[1] Vì tự biết mình phạm giới phải thọ ác báo, nên lo sợ, khủng hoảng.

[2] Người soi vào gương, tự thấy mình đẹp sanh lòng ưa thích, tự biết mình xấu xí, sanh tâm chán ghét.

[3] Người nghe thuyết giới cũng như kẻ soi gương, nhờ đó mà tự biết mình có phạm giới hay không. Người giữ giới trọn vẹn sinh tâm vui mừng, kẻ phạm giới thì ngược lại, lo buồn bất an.

[4] Khi đánh nhau, kẻ dũng mãnh mới dám xông tới, người nhút nhát tất phải thối lùi. Người nghe thuyết giới cũng vậy, như tự giữ mình trong sạch mới được an ổn, kẻ có hủy phạm tất sợ sệt, lo lắng.

[5] Đoạn này nhấn mạnh rằng giới luật là do chính Phật thuyết dạy, cứ nửa tháng phải được tụng đọc trước chúng tăng một lần. Đối với các kinh hay luận, ngoài Phật ra, các vị Bồ Tát hoặc Tổ sư đôi khi cũng thuyết giảng.

(Tụng xong đoạn mở đầu này, vị thượng tọa chủ trì đối trước chúng tăng mà đặt các câu hỏi sau.)

- Chúng tăng hội lại chưa?

Tất cả đồng thanh đáp: Chúng tăng đã hội lại.

- Chúng tăng có hòa hiệp không?

Tất cả đồng thanh đáp: Chúng tăng hòa hiệp.

- Người chưa thọ cụ túc giới đã ra khỏi chưa?[1]

Nếu có, chúng tăng liền mời người ấy đi ra, rồi đáp: Người chưa thọ cụ túc giới đã đi ra.

Nếu không có, đáp: Trong chúng này không có người chưa thọ cụ túc giới.

- Những tỳ-kheo vắng mặt có nhờ người thuyết dục[2] và nhận mình là thanh tịnh[3] hay không?

Nếu có người vắng mặt, những người nhận lời thuyết dục sẽ bước ra trình bày việc vắng mặt. Nếu không, chúng tăng cùng đáp là không có.

- Tỳ-kheo ni có đến thỉnh giáo giới không?[4]

Nếu có, người thỉnh giới thưa trước chúng tăng và chúng tăng sẽ cử người sang ni chúng thuyết giới.[5] Nếu không, chúng tăng cùng đáp là không có.

Riêng Giới luật chỉ do chính Phật chế định, các Tổ sư về sau không ai được sửa chữa hoặc thêm bớt gì.

[1] Khi tụng giới, chỉ người đã thọ cụ túc giới mới được tham dự.

[2] Thuyết dục: người vắng mặt nhận trước là mình sẽ đồng ý theo với mọi quyết định của chúng tăng.

[3] Người vắng mặt tự xét hoàn toàn trong sạch, không có điều gì phạm vào giới luật.

[4] Theo sự chế định của Phật, ni chúng phải nương vào tỳ-kheo chúng tăng để học hỏi. Vì vậy, nếu trong cùng một trụ xứ có cả hai chúng tăng và ni, thì ni chúng có trách nhiệm phải thỉnh đại diện của tăng đến thuyết giới.

[5] Vì giới luật quy định chúng tỳ-kheo ni không được tự mình thuyết giới mà phải thỉnh một vị đại diện của tỳ-kheo tăng đến thuyết giới.

- Nay chúng tăng hòa hiệp cùng hội lại để làm gì?

Chúng tăng cùng đáp: Để thuyết giới.

- Kính bạch chư đại đức tăng. Hôm nay là ngày rằm,[1] chúng tăng hội lại cùng thuyết giới. Nếu chúng tăng xét đây là lúc thích hợp, cùng nhau hội đủ mà thuyết giới. Việc tác bạch như vậy có thành tựu chăng?

Chúng tăng cùng đáp: Tác bạch đã thành tựu.[2]

- Kính bạch chư đại đức tăng. Nay tôi xin thuyết đọc giới bổn Ba-la-đề-mộc-xoa,[3] tất cả các vị nên lắng nghe và khéo để tâm suy xét. Nếu ai tự biết mình có phạm vào, nên tự sám hối. Ai không phạm giới, chỉ cần lặng yên. Nếu thấy các vị lặng yên, xem như hết thảy đều thanh tịnh. Như có ai khác đến hỏi, cũng sẽ y như vậy mà đáp.

Tôi sẽ lặp lại câu hỏi ba lần, xin các vị hãy cố gắng nhớ lại, như ai có điều phạm giới mà không sám hối, sẽ phạm vào tội vọng ngữ. Phật có dạy vọng ngữ là tội ngăn trở việc tu đạo. Nếu tỳ-kheo nào nhớ lại biết mình có tội, muốn được trong sạch như trước phải cầu sám hối. Sám hối rồi sẽ được an ổn, vui vẻ.[4]

- *Kính bạch chư đại đức tăng, tôi đã thuyết đọc xong*

---

[1] Hoặc ngày mùng một, hoặc ngày 14, hoặc ngày cuối tháng (29, 30), tùy theo quy định của từng nơi.

[2] Nghi thức hỏi và đáp này để xác định mọi yêu cầu chuẩn bị cho việc thuyết giới đều đã sẵn sàng.

[3] Ba-la-đề-mộc-xoa, tiếng Phạn là **Prātimokṣa-sutra**, Hán dịch là Biệt giải thoát, cũng gọi là Tùy thuận giải thoát. Tức là phần giới luật căn bản mà Phật đã chế định cho chúng tăng, tỳ-kheo và tỳ-kheo ni đều phải tuân theo. Trước khi nhập Niết-bàn, Phật có di ngôn với chúng tăng rằng: "Sau khi ta nhập diệt, các ngươi phải lấy Ba-la-đề-mộc-xoa làm thầy." Chính là muốn nhấn mạnh tính cách quan trọng của việc nghiêm trì giới luật.

[4] Hầu hết các tội đều có thể sám hối, nhưng cũng có những tội không thể sám hối. Như phạm vào các tội ba-la-di, phải bị trục xuất, không thể nhờ pháp sám hối mà trở nên trong sạch được.

phần đầu của Giới kinh. Xin hỏi chư đại đức, trong chúng tăng đây có được thanh tịnh hay chăng?

Người thuyết giới lập lại câu hỏi ba lần. Nếu trong chúng có ai phạm giới, tự bước ra cầu pháp sám hối để chúng tăng quyết định. Nếu không, tất cả đều lặng yên.

- Kính bạch chư đại đức, vì các vị đều lặng yên, nên xem như trong chúng tăng đây hết thảy đều thanh tịnh. Việc này được hiểu là như vậy.

II. BỐN PHÁP BA-LA-DI[1]

- Kính bạch chư đại đức tăng, bốn pháp ba-la-di này, nửa tháng phải tụng đọc một lần, được rút từ trong Giới kinh ra.

1. Như có tỳ-kheo nào, cùng với tỳ-kheo thọ giới như mình, trong khi chưa xả giới, lìa bỏ giới mà lòng không tự hối, phạm vào việc dâm dục, thậm chí với loài súc vật. Tỳ-kheo như vậy là phạm vào tội ba-la-di.[2]

2. Như có tỳ-kheo nào, ở trong chỗ thôn xóm hay nơi vắng vẻ, tham lấy một vật gì của người khác khi người ấy không tự ý cho mình, phạm vào tội mà theo

---

[1] Ba-la-di (**Pārājika**), Hán dịch là Khí, tức là dứt bỏ, cũng dịch là Cực ác. Đây là loại tội nặng nề nhất, người phạm vào phải bị trục xuất, không còn được sống chung trong chúng tăng (bất cộng trụ).

[2] Giới này ngăn cấm việc hành dâm với bất kỳ đối tượng nào. Nhưng nếu tỳ-kheo tự xét mình không đủ khả năng tu tập, có thể xin xả giới. Sau khi xả giới thì xem như người thế tục, nên không phạm tội, về sau nếu có điều kiện có thể xin thọ giới trở lại. Như tự ý trở lại đời sống thế tục mà không xả giới, vẫn xem là phạm giới. Người như vậy về sau không thể trở lại với chúng tăng được nữa.

pháp luật¹ phải bị bắt giữ, hoặc bị tử hình, hoặc bị phạt tù, hoặc bị trục xuất khỏi nơi đó, lại bị nhiếc mắng là phường trộm cắp, ngu si, thiếu hiểu biết. Tỳ-kheo như vậy là phạm vào tội ba-la-di.

3. Như có tỳ-kheo nào, cố ý tự tay giết chết người, hoặc đưa vật có thể giết người cho kẻ khác, hoặc khuyến khích, xúi giục sự giết người, cho đến khuyến khích, xúi giục kẻ khác tự dứt mạng sống, hoặc dùng đủ mọi phương tiện để thúc đẩy việc giết người. Tỳ-kheo như vậy là phạm vào tội ba-la-di.

4. Như có tỳ-kheo nào, thật không có chỗ hiểu biết, lại tự nói rằng: "Tôi đã chứng đắc pháp cao thượng, được trí tuệ của bậc thánh, được pháp vi diệu. Tôi biết như thế này, tôi thấy như thế này." Thời gian sau, tỳ-kheo ấy tự biết lỗi, muốn được trong sạch trở lại nên dù có người hỏi hoặc không có người hỏi, cũng tự nhận rằng: "Tôi quả thật không có sự thấy, sự biết như vậy, chỉ là lời nói luống dối đó thôi." Tỳ-kheo như vậy là phạm vào tội ba-la-di, trừ khi rơi vào trường hợp tăng thượng mạn.²

---

¹ Pháp luật của thế gian, tức là pháp luật hiện hành trong xã hội đó. Khi Phật chế định giới này, pháp luật thời ấy quy định tội trộm vật đáng giá từ 5 tiền trở lên, đã mang đi khỏi nơi để của chủ nhân quá 5 thước (tức là thể hiện rõ ý định lấy trộm), phải bị xử tội chết. Phật theo đó mà lập giới này, thay việc xử tội chết bằng tội ba-la-di, vì đối với người xuất gia, tội ba-la-di cũng như tội chết, vĩnh viễn không còn được trở lại trong chúng tăng. Ngày nay, nội dung của giới vẫn không thay đổi nhưng quy định về giá trị như vừa nêu cần được hiểu cho phù hợp với pháp luật và xã hội hiện tại.

² Tội vọng ngữ như thế này gọi là Đại vọng ngữ, là giả xưng mình đã chứng Thánh quả để dối gạt người khác. Những tội nói dối khác không gọi là đại vọng ngữ. Trường hợp "tăng thượng mạn" nói trong điều này là khi một người quả thật có tu tập đạt được kết quả nhất định, nhưng chưa chứng Thánh quả. Do sự ngã mạn mà không tự biết, nên ngỡ là mình đã chứng Thánh quả, liền nói ra. Về sau, khi thực sự chứng quả rồi, người ấy mới biết trước kia mình chưa chứng đắc. Vì không cố ý dối gạt, nên không mắc

- Kính bạch chư đại đức. Tôi đã thuyết xong bốn pháp ba-la-di. Như có tỳ-kheo nào phạm vào một trong các pháp ba-la-di này, không được cùng chung sống với chư tỳ-kheo như trước nữa. Cho đến về sau cũng vậy, tỳ-kheo đã phạm vào tội ba-la-di không nên cho phép sống chung trong chúng tăng.

Xin hỏi chư đại đức, trong chúng tăng đây có được thanh tịnh hay chăng?

Người thuyết giới lặp lại câu hỏi này ba lần. Nếu có ai nhớ ra mình đã phạm vào các giới này thì phải tự nhận. Nếu không thì tất cả đều yên lặng.

- Kính bạch chư đại đức, vì các vị đều lặng yên, nên xem như trong chúng tăng đây hết thảy đều thanh tịnh. Việc này xin được hiểu như vậy.

III. MƯỜI BA PHÁP TĂNG-GIÀ BÀ-THI-SA[1]

- Kính bạch chư đại đức tăng. Mười ba pháp tăng-già bà-thi-sa này, nửa tháng phải tụng đọc một lần, được rút từ trong Giới kinh ra.

1. Như có tỳ-kheo nào, cố ý kích thích dương vật cho xuất tinh, phạm vào tội tăng-già bà-thi-sa, trừ trường hợp trong giấc ngủ mê.[2]

2. Như có tỳ-kheo nào, khởi tâm dâm dục, cùng xúc

---

tội ba-la-di.

[1] Tăng-già bà-thi-sa (**Saṅghāvaśeṣa**), Hán dịch là tăng tàn. Người phạm giới này như người bị chém mà chưa đứt hẳn, còn có thể cứu sống, đó là nhờ vào việc sám hối theo đúng pháp. Các tội này nhẹ hơn tội ba-la-di, nên gọi là tăng tàn. Có nơi gọi là tội hữu dư.

[2] Trường hợp trong giấc ngủ mê mà xuất tinh, không ghép tội này vì người đó không cố ý, nhưng cũng tỏ cho thấy tâm ý không được trong sạch, phải sám hối cầu những pháp đối trị khác.

chạm thân thể với nữ nhân, hoặc nắm tay, hoặc vuốt tóc, hoặc xúc chạm một phần thân thể, phạm vào tội tăng-già bà-thi-sa.

3. Như có tỳ-kheo nào, khởi tâm dâm dục, dùng những lời thô tục, gợi dục mà nói với nữ nhân, phạm vào tội tăng-già bà-thi-sa.

4. Như có tỳ-kheo nào, khởi tâm dâm dục, trước mặt nữ nhân tự khen ngợi thân mình, xưng là người trì giới, trong sạch, tinh tấn tu các pháp lành, nên dùng sự hành dâm mà cúng dường là cách cúng dường cao quý nhất.[1] Tỳ-kheo nói như vậy, phạm vào tội tăng-già bà-thi-sa.

5. Như có tỳ-kheo nào đi lại làm môi giới giữa đôi bên trai gái, chuyển lời qua lại giữa đôi bên, hoặc sau thành chồng vợ, hoặc chỉ dan díu cùng nhau, dù là thoáng chốc. Tỳ-kheo như vậy, phạm vào tội tăng-già bà-thi-sa.[2]

6. Như có tỳ-kheo nào muốn xây dựng tịnh thất riêng, không có thí chủ làm cho, tự mình đứng ra làm, phải tuân theo kích cỡ vừa phải: bề rộng không quá 4 mét, bề sâu không quá 7 mét.[3] Lại phải nhờ các tỳ-kheo khác đến xem xét chọn địa điểm. Các tỳ-kheo được thỉnh đến xem xét, nên chọn nơi không có

---

[1] Luận điệu dối gạt này là dựa theo sự mê muội của một số người tin theo tà giáo. Như thực sự đã dối gạt được người, làm sự dâm dục, thì phạm vào tội ba-la-di phải trục xuất, không phải tội tăng-già bà-thi-sa.

[2] Như trường hợp vợ chồng bất hòa mà vị tỳ-kheo vì thiện ý nói lời hòa giải cho hợp lại thì không phải phạm tội này.

[3] Nguyên văn ghi "dài 12 gang tay của Phật, rộng 7 gang tay của Phật". Các sách sớ giải đều ghi 1 gang tay Phật bằng 3 gang tay người thường, như vậy là khoảng 0,6 mét. Tính ra căn tịnh thất ngang khoảng hơn 4 mét, sâu khoảng hơn 7 mét, cũng là vừa phải không quá rộng hoặc quá hẹp. Cốt yếu của điều này là xây dựng tịnh thất chỉ nên vừa phải, không nên quá rộng rãi như nhà cửa của người thế tục.

hiểm nạn và không trở ngại việc tu tập mà chỉ cho.¹

Nếu tỳ-kheo không có thí chủ giúp cho, tự mình xây dựng tịnh thất nơi chỗ có hiểm nạn, trở ngại cho việc tu tập, cũng không nhờ các tỳ-kheo khác đến xem xét địa điểm, lại rộng lớn hơn kích cỡ vừa phải. Tỳ-kheo như vậy phạm vào tội tăng-già bà-thi-sa.

7. Như có tỳ-kheo nào muốn xây dựng chùa lớn,² có người thí chủ vì mình mà làm, phải nhờ các tỳ-kheo khác đến xem xét chọn địa điểm. Các tỳ-kheo được thỉnh đến xem xét, nên chọn nơi không có hiểm nạn và không trở ngại việc tu tập mà chỉ cho.³

Nếu tỳ-kheo có người thí chủ vì mình mà làm, xây dựng chùa lớn nơi chỗ có hiểm nạn, trở ngại cho việc tu tập, không nhờ các tỳ-kheo khác đến xem xét địa điểm. Tỳ-kheo như vậy phạm vào tội tăng-già bà-thi-sa.

8. Như có tỳ-kheo nào, vì sự nóng nảy, tức giận che lấp mà vô cớ vu cáo cho tỳ-kheo khác là phạm tội ba-la-di, vì muốn hủy hoại sự trong sạch của vị ấy. Thời gian sau, hoặc có người hỏi hoặc không có người hỏi, tỳ-kheo ấy biết mình đã vô cớ vu cáo nên nói ra rằng: "Điều ấy là do tôi tức giận mà nói như vậy thôi." Tỳ-kheo như vậy, phạm vào tội tăng-già bà-thi-sa.⁴

---

[1] Nơi có hiểm nạn là nơi quá vắng vẻ, có thể xảy ra nạn cướp, hoặc có ác thú, hay các mối nguy hiểm khác. Nơi trở ngại việc tu tập là nơi quá ồn ào, như gần đường, gần chợ, nơi thị tứ...

[2] Nguyên văn "đại phòng", chỉ cho nơi có thể dung chứa nhiều người tu tập nên dịch là chùa lớn, cũng có thể hiểu là tinh xá...

[3] Trong điều này không thấy quy định kích cỡ như điều trước, là vì có người đứng ra vì tỳ-kheo mà xây dựng, nên không quy định. Nhưng theo với ý nghĩa của điều trước, rõ ràng là cũng không nên xây cất quá rộng rãi.

[4] Dịch sát nguyên văn phải là "nói ra lời này, phạm tội tăng-già bà-thi-sa", nhưng xét việc phạm tội phải xuất phát căn cứ từ trước, không chỉ do một lời nói này, nên dịch là "tỳ-kheo như vậy" để bao hàm được ý đã nói từ

9. Như có tỳ-kheo nào, vì sự nóng nảy, tức giận che lấp nên dựa vào những căn cứ mà tự mình biết là sai lệch, không đúng, để vu cáo cho tỳ-kheo khác là phạm tội ba-la-di, vì muốn hủy hoại sự trong sạch của vị ấy. Thời gian sau, hoặc có người hỏi hoặc không có người hỏi, tỳ-kheo ấy biết mình đã dựa vào những chứng cứ sai lệch, không đúng, nên nói ra rằng: "Điều ấy là do tôi tức giận mà nói như vậy thôi." Tỳ-kheo như vậy, phạm vào tội tăng-già bà-thi-sa.

10. Như có tỳ-kheo nào muốn phá hoại sự hòa hiệp của chúng tăng, thực hiện việc phá hoại sự hòa hiệp của chúng tăng, rồi cố giữ mãi không từ bỏ. Những tỳ-kheo khác nên can ngăn rằng: "Đại đức, không nên muốn phá sự hòa hiệp của chúng tăng, không nên thực hiện việc phá hoại sự hòa hiệp của chúng tăng. Không nên theo những pháp phá hoại sự hòa hiệp của chúng tăng rồi cố giữ mãi không từ bỏ. Đại đức nên cùng với chúng tăng sống hòa hiệp, vui vẻ, không tranh cãi nhau. Cùng theo học một thầy, nên hòa hợp nhau như sữa hòa trong nước, như vậy mới cùng được thêm phần lợi ích, cùng sống yên vui trong pháp Phật."

Nếu tỳ-kheo ấy nghe lời can ngăn mà vẫn không thay đổi, các tỳ-kheo khác nên can ngăn như vậy đến ba lần. Cho đến lần thứ ba, nếu tỳ-kheo ấy chịu nghe thì tốt, bằng không chịu nghe theo là phạm vào tội tăng-già bà-thi-sa.

11. Như có tỳ-kheo có bè đảng,[1] hoặc một người, hoặc hai, ba người cho đến rất nhiều người. Các tỳ-kheo bè đảng nói với chúng tỳ-kheo rằng: "Đại đức, xin đừng can ngăn vị ấy. Vị ấy nói ra đúng Chánh pháp, đúng

---

trước. Các điều tiếp theo cũng vậy.

[1] Đây chỉ tỳ-kheo đi sai Chánh pháp, kết thành bè đảng làm sai lời Phật dạy.

Giới luật. Những điều vị ấy nói ra làm cho chúng tôi vui thích, có thể chấp nhận được."

Chúng tỳ-kheo nên can ngăn tỳ-kheo ấy rằng: "Đại đức chớ nên nói như thế. Chớ nên nói rằng tỳ-kheo ấy nói đúng Chánh pháp, nói đúng Giới luật, nói điều vui thích, có thể chấp nhận được. Thật ra tỳ-kheo ấy nói những điều trái Chánh pháp, trái Giới luật. Đại đức, xin đừng mong muốn phá hoại sự hòa hiệp của chúng tăng. Chúng ta nên cùng với chúng tăng sống hòa hiệp, vui vẻ, không tranh cãi nhau. Cùng theo học một thầy, nên hòa hợp nhau như sữa hòa trong nước, như vậy mới cùng được thêm phần lợi ích, cùng sống yên vui trong pháp Phật."

Nếu tỳ-kheo sai lầm ấy nghe lời can ngăn mà vẫn không thay đổi, các tỳ-kheo khác nên can ngăn như vậy đến ba lần. Cho đến lần thứ ba, nếu tỳ-kheo ấy chịu nghe thì tốt, bằng không chịu nghe theo, là phạm vào tội tăng-già bà-thi-sa.[1]

12. Như có tỳ-kheo nào đến ở trong thôn xóm, làm hoen ố nhà người,[2] cùng làm những việc xấu ai ai cũng thấy biết. Các tỳ-kheo khác nên can ngăn tỳ-kheo ấy rằng: "Đại đức làm hoen ố nhà người, cùng làm những việc xấu ai ai cũng thấy biết. Nay ông nên rời bỏ chỗ thôn xóm này, không nên ở đây nữa."

Tỳ-kheo ấy đáp rằng: "Đại đức, nay các tỳ-kheo vì có yêu có ghét [không công bằng], có sợ sệt, có ngu si, cho nên cũng có những tỳ-kheo đồng tội như vậy mà có người bị đuổi, có người không bị đuổi."

Các tỳ-kheo khác lại can ngăn rằng: "Đại đức không

---

[1] Điều này quy định tội của tỳ-kheo nào tán trợ, hùa theo những kẻ sai trái. Bản thân những kẻ sai trái được quy định trong điều luật trước.

[2] Ở đây chỉ việc cư xử không đúng đắn mang lại tiếng xấu cho người cư sĩ tại gia.

nên nói như vậy. Không nên nói chư tăng vì có yêu có ghét [không công bằng], có sợ sệt, có ngu si, cho nên có những người đồng tội như vậy mà có người bị đuổi, có người không bị đuổi. Quả thật chư tỳ-kheo không có yêu ghét [không công bằng], không có sợ sệt, không có ngu si. Chỉ vì đại đức làm hoen ố nhà người khác, làm những việc xấu ai ai cũng thấy biết."

Nếu tỳ-kheo sai lầm ấy nghe lời can ngăn mà vẫn không thay đổi, các tỳ-kheo khác nên can ngăn như vậy đến ba lần. Cho đến lần thứ ba, nếu tỳ-kheo ấy chịu nghe thì tốt, bằng không chịu nghe theo, là phạm vào tội tăng-già bà-thi-sa.

13. Như có tỳ-kheo nào tánh tình xấu ác, chẳng chịu nghe lời người khác. Với những việc trong giới pháp, các tỳ-kheo khác đã theo đúng pháp mà can ngăn, nhưng tỳ-kheo ấy tự thân không nghe, nói rằng: "Các vị đại đức, xin đừng nói những chuyện tốt xấu của tôi. Tôi cũng không nói những chuyện tốt xấu của các vị. Xin các vị hãy thôi đi, đừng nhiều lần can ngăn tôi như thế."

Các tỳ-kheo khác lại can ngăn rằng: "Đại đức, không nên tự mình chẳng chịu nghe lời can ngăn của kẻ khác. Đại đức nên biết nghe lời can ngăn. Chúng ta nên theo đúng pháp mà can ngăn lẫn nhau, mà dạy bảo cho nhau, bảo nhau sám hối lỗi lầm, có như vậy thì hết thảy đệ tử của Phật đều được tăng thêm phần lợi ích."

Nếu tỳ-kheo sai lầm ấy nghe lời can ngăn mà vẫn không thay đổi, các tỳ-kheo khác nên can ngăn như vậy đến ba lần. Cho đến lần thứ ba, nếu tỳ-kheo ấy chịu nghe thì tốt, bằng không chịu nghe theo là phạm vào tội tăng-già bà-thi-sa.

- Kính bạch chư đại đức. Tôi đã thuyết xong mười ba pháp tăng-già bà-thi-sa. Chín pháp đầu là phạm vào thành tội ngay, bốn pháp sau là qua ba lần can ngăn mới thành tội. Như có tỳ-kheo nào phạm vào một trong các pháp tăng-già bà-thi-sa này, biết là phạm vào mà cố tình che giấu, nên buộc phải chịu phép biệt trú.[1] Sau khi biệt trú xong, phạt thêm sáu ngày đêm cấm phòng[2] nữa. Chịu phép cấm phòng rồi, phải làm nghi thức xuất tội,[3] có sự tham dự của ít nhất là 20 vị tỳ-kheo thanh tịnh. Nếu không đủ số 20 vị tỳ-kheo mà làm nghi thức xuất tội, thì tội ấy chẳng những không được tiêu trừ, mà các vị tỳ-kheo tham gia cũng đáng quở trách.

Với mười ba pháp tăng-già bà-thi-sa này, xin hỏi chư đại đức, trong chúng tăng đây có được thanh tịnh hay chăng?

Người thuyết giới lặp lại câu hỏi này ba lần. Nếu có ai nhớ ra mình đã phạm vào các giới này thì phải tự nhận. Nếu không thì tất cả đều yên lặng.

- Kính bạch chư đại đức, vì các vị đều lặng yên, nên xem như trong chúng tăng đây hết thảy đều thanh tịnh. Việc này xin được hiểu như vậy.

---

[1] Biệt trú: là pháp ba-ly-bà-sa, người chịu phạt phải ở riêng ra một nơi khác, không được tiếp xúc với chư tăng như bình thường. Thời gian biệt trú thường là bằng với thời gian che giấu tội. Như phạm tội để đến 10 ngày mới khai nhận thì phải biệt trú 10 ngày. Tuy nhiên, cũng còn tùy theo quyết định chung của chúng tăng.

[2] Cấm phòng: tức là pháp ma-na-đỏa, có nơi gọi là ý hỷ. Theo quy định thì biệt trú có thể tùy trường hợp nặng nhẹ, còn cấm phòng thì theo lệ là sáu ngày đêm.

[3] Khi làm nghi thức này, tỳ-kheo phạm lỗi chân thành khai rõ về tội đã phạm, nói lên sự ăn năn hối cải của mình, và xin sám hối trước chúng tăng. Như chúng tăng đồng lòng nhận cho sự sám hối ấy, thì tỳ-kheo xem như được xả tội.

IV. HAI PHÁP KHÔNG XÁC ĐỊNH

- *Kính bạch chư đại đức tăng. Hai pháp không xác định này,[1] nửa tháng phải tụng đọc lại một lần, được rút từ trong Giới kinh ra.*

1. Như có tỳ-kheo nào ngồi riêng với một phụ nữ trong chỗ vắng vẻ, kín đáo, thuận tiện có thể làm việc dâm dục, nói ra những lời không đúng Chánh pháp. Nếu có người cư sĩ nữ lòng tin vững chắc[2] nói ra việc ấy, rơi vào một trong ba pháp: ba-la-di, tăng-già bà-thi-sa, hoặc ba-dật-đề.[3] Tỳ-kheo có lỗi ấy tự nói: "Tôi đã phạm vào tội này."[4] Nên y cứ một trong ba pháp: ba-la-di, tăng-già bà-thi-sa hoặc ba-dật-đề mà định tội tỳ-kheo ấy theo như lời nói ra của người cư sĩ nữ.[5]

2. Như có tỳ-kheo nào ngồi riêng với một phụ nữ nơi chỗ trống trải, chỗ ấy không thể làm việc dâm dục, nói ra những lời thô ác. Nếu có người cư sĩ nữ lòng tin vững chắc nói ra việc ấy, rơi vào một trong hai pháp: tăng-già bà-thi-sa, hoặc ba-dật-đề.[6] Tỳ-kheo có lỗi ấy tự

---

[1] Nếu rơi vào trường hợp của hai pháp không xác định này, có thể bị ghép vào các tội khác nhau. Do đó, phải y theo quy định nơi đây để tránh sự tranh cãi.

[2] Tức là vị tín nữ tin sâu Phật pháp.

[3] Nếu nói đã có giao dâm, ghép tội ba-la-di; nếu nói chưa làm việc giao dâm, nhưng có xúc chạm thân thể, ghép tội tăng-già bà-thi-sa; nếu nói chỉ ngồi mà không phạm gì khác, ghép tội ba-dật-đề.

[4] Lời tự nhận của tỳ-kheo này có thể đúng hoặc không đúng với lời nói của người cư sĩ nữ.

[5] Trường hợp phạm tội này không thể xác định rõ, vì trong chỗ kín đáo riêng có hai người không ai biết. Do vậy việc xác định tội quyết định tin theo người thứ ba biết chuyện là người có tín tâm vững chắc.

[6] Nếu nói vị ấy đã nói những lời thô tục, gợi dục, hoặc khuyến khích sự hành dâm, ghép tội tăng-già bà-thi-sa; nếu nói chỉ nói những nội dung khác, ghép tội ba-dật-đề.

nói: "Tôi đã phạm vào tội này." Nên theo như một trong hai pháp: tăng-già bà-thi-sa hoặc ba-dật-đề mà xử trị tỳ-kheo ấy, theo như lời nói ra của người cư sĩ nữ.[1]

- Kính bạch chư đại đức. Tôi đã thuyết xong hai pháp không xác định, xin hỏi chư đại đức, trong chúng tăng đây có được thanh tịnh hay chăng?

Người thuyết giới lặp lại câu hỏi này ba lần. Nếu có ai nhớ ra mình đã phạm vào các giới này thì phải tự nhận. Nếu không thì tất cả đều yên lặng.

- Kính bạch chư đại đức, vì các vị đều lặng yên, nên xem như trong chúng tăng đây hết thảy đều thanh tịnh. Việc này xin được hiểu như vậy.

V. BA MƯƠI PHÁP NI-TÁT-KỲ BA-DẬT-ĐỀ

- Kính bạch chư đại đức tăng. Ba mươi pháp ni-tát-kỳ ba-dật-đề[2] này, nửa tháng phải tụng đọc lại một lần, được rút từ trong Giới kinh ra.

1. Như có tỳ-kheo nào đã đủ bộ ba tấm y,[3] nếu nhận

---

[1] Cũng như điều thứ nhất, căn cứ quyết định tội là lời nói của người cư sĩ nữ, không phải là lời tự nhận của tỳ-kheo.

[2] Ni-tát-kỳ ba-dật-đề (**Naihsargik-pāta¬yantika**). Ni-tát-kỳ, Hán dịch là Tận xả, nghĩa là từ bỏ hết tất cả; ba-dật-đề, Hán dịch là đọa, nghĩa là rơi vào chỗ xấu ác. Người phạm tội này phải đọa vào địa ngục. Để trừ tội, trước hết phải mang tất cả tài vật liên quan đến trước chúng tăng mà xả bỏ hết, sau đó mới chân thành sám hối trước chúng tăng. Vì vậy, phép sám hối này cũng gọi là Xả đọa. Ba mươi pháp quy định ở đây được gọi là Tam thập xả đọa.

[3] Nguyên văn "y dĩ cánh", hàm ý là đã may xong đủ bộ ba tấm y theo luật định.

y ca-hy-na[1] cũng đã xả,[2] như có nhận thêm y được giữ trong vòng 10 ngày, rồi phải theo phép tịnh thí[3] mà xả bỏ. Như quá 10 ngày vẫn còn giữ y thừa, phạm vào tội ni-tát-kỳ ba-dật-đề.

2. Như có tỳ-kheo nào đã đủ bộ ba tấm y, nếu nhận y ca-hy-na cũng đã xả,[4] lại xa rời một trong ba tấm y của mình mà đến ngủ chỗ khác, phạm vào tội ni-tát-kỳ ba-dật-đề,[5] trừ khi đã xin chư tăng kiết giới không mất y.[6]

3. Như có tỳ-kheo nào đã đủ bộ ba tấm y, nếu nhận y ca-hy-na cũng đã xả,[7] vì muốn vá sửa hoặc thay y mới[8] nên mới thọ nhận vải may y không phải

---

[1] Y ca-hy-na (kaṭhina), còn gọi là y ca-khích-na, Hán dịch là công đức y. Người được thọ nhận y này là do sự nhận xét của chư tăng, thấy vị ấy là mẫu mực, xứng đáng thọ nhận. Người đang thọ nhận y ca-hy-na có 5 quyền đặc biệt, mà đối với các tỳ-kheo khác là phạm giới luật: 1. Được cất giữ thêm y, ngoài ba tấm y của mình. 2. Được rời khỏi y khi ngủ. 3. Được ăn riêng ngoài chúng tăng. 4. Được ăn nhiều lần. 5. Khi có vào thôn xóm, không cần phải báo với chúng tăng. Y ca-hy-na được thọ nhận sau ngày Tự tứ (rằm tháng Bảy), đến rằm tháng Chạp thì xả. Sau khi xả y thì phải giữ không được phạm vào năm điều đã nêu.

[2] Khi chưa xả y ca-hy-na thì không phạm điều này.

[3] Tịnh thí: Lấy vật mình có mang cho người khác. Người có y dư muốn tịnh thí có 2 cách: 1. Chân thật tịnh thí, là trực tiếp mang cho một tỳ-kheo khác. 2. Triển chuyển tịnh thí, là thí y cho một tỳ-kheo vắng mặt, rồi nhờ một tỳ-kheo khác cất giữ hộ, để sau chuyển đến người nhận.

[4] Khi chưa xả y ca-hy-na thì không phạm điều này.

[5] Tỳ-kheo phạm điều này phải mang tấm y đến trước chúng tăng mà xả bỏ cho chúng tăng, rồi sám hối. Chúng tăng nhận sám hối rồi sẽ lấy tấm y ấy mà trả lại cho tỳ-kheo.

[6] Khi có những lý do đặc biệt không thể mang theo đủ 3 tấm y, nên buộc phải rời y mà ngủ, tỳ-kheo thưa trước chúng tăng, nói rõ nguyên nhân. Nếu chúng tăng đã làm phép yết-ma thuận cho thì sau đó rời y không phạm giới.

[7] Khi chưa xả y ca-hy-na thì không phạm điều này.

[8] Đây là trường hợp một trong ba tấm y đang dùng đã rách nát hoặc quá cũ, nhưng chưa xả bỏ vì chưa có y mới.

thời.¹ Khi nhận rồi phải nhanh chóng may thành y, như chưa đủ vải thì được cất giữ trong một tháng để chờ xin cho đủ vải. Nếu quá một tháng, phạm vào tội ni-tát-kỳ ba-dật-đề.²

4. Như có tỳ-kheo nào nhận y từ một tỳ-kheo ni, phạm vào tội ni-tát-kỳ ba-dật-đề, trừ trường hợp tỳ-kheo ni đó là người bà con thân thuộc, hoặc trường hợp trao đổi cho nhau.

5. Như có tỳ-kheo nào nhờ một tỳ-kheo ni giặt y đã dùng,³ nhuộm y hoặc giũ cho sạch bụi, đều phạm vào tội ni-tát-kỳ ba-dật-đề, trừ trường hợp tỳ-kheo ni đó là người bà con thân thuộc.

6. Như có tỳ-kheo nào đến xin y từ một cư sĩ hoặc vợ cư sĩ, phạm vào tội ni-tát-kỳ ba-dật-đề, trừ trường hợp những người đó là bà con thân thuộc, hoặc trường hợp y của mình đã bị cướp, bị mất, bị cháy, bị nước cuốn trôi.

7. Như tỳ-kheo nào có y bị cướp, bị mất, bị cháy, bị nước cuốn trôi, lại có người cư sĩ hoặc vợ cư sĩ không phải là bà con thân thuộc đến cúng dường rất nhiều y cho tùy ý nhận. Tỳ-kheo đó chỉ nên nhận vừa đủ,⁴ nếu quá mức, phạm vào tội ni-tát-kỳ ba-dật-đề.

8. Như có tỳ-kheo nào, biết có người cư sĩ hoặc vợ cư sĩ vì mình mà định mua y cúng dường, tỳ-kheo ấy trước không được người cư sĩ hoặc vợ cư sĩ đó thỉnh cúng

---

¹ Chư tăng được nhận y vào mùa an cư. Nếu được thí chủ cúng dường ngoài dịp này thì gọi là không phải thời (phi thời).

² Theo điều đầu tiên của phần này, không cho phép cất giữ y thừa. Điều này quy định thêm không cho cất giữ cả vải để may y.

³ Là y đã có mặc qua, không phải mới may.

⁴ Tỳ-kheo cần đủ số 3 tấm y, nếu mất đi một thì chỉ nhận lại một, mất hai thì nhận lại hai... Không vì thấy nhiều mà tham quá số.

dường tùy ý,¹ lại đến bảo họ nên mua y cúng dường theo ý mình, vì muốn cho tốt hơn. Nếu nhận được y,² phạm vào tội ni-tát-kỳ ba-dật-đề.

9. Như có tỳ-kheo nào, biết có hai nhà cư sĩ hoặc vợ cư sĩ vì mình mà định mua y cúng dường, tỳ-kheo ấy không được cư sĩ thỉnh tùy ý cúng dường, lại đến bảo cả hai nhà nên chung tiền lại để mua y cúng dường theo ý mình, vì muốn cho tốt hơn.³ Nếu nhận được y,⁴ phạm vào tội ni-tát-kỳ ba-dật-đề.

10. Như có tỳ-kheo nào, có thí chủ sai người mang tiền đến cúng dường cho để may y. Tỳ-kheo ấy đáp rằng: "Tôi không thể nhận tiền này, như tôi cần y, phải theo đúng pháp mới nhận."⁵ Người kia hỏi: "Đại đức có người giúp làm việc này không?" Đáp: "Có." Tỳ-kheo liền chỉ đến người có thể thay mình nhận tiền may y.⁶ Người kia chuyển tiền đến đó rồi báo lại cho tỳ-kheo biết: "Tôi đã giao tiền may y cho người ấy, đại đức sau này nên đến đó mà nhận y."

Sau một thời gian, nếu không nhận được y, tỳ-kheo có thể đến chỗ người nhận tiền may y để nhắc nhở, một lần, hai lần hoặc ba lần, dùng lời nhắc cho người ấy nhớ.

Nếu vẫn không nhận được y, có thể đến lần thứ tư,

---

¹ Nếu thí chủ thỉnh cúng dường tùy ý (tự tứ thỉnh) thì tỳ-kheo có quyền đề nghị chọn lựa.

² Theo điều này, nếu chưa nhận được y thì chưa thành tội.

³ Vì nếu nhận của cả hai người thì quá số y quy định, nên muốn bảo cả hai chung tiền lại mua y tốt hơn.

⁴ Theo điều này, nếu chưa nhận được y thì chưa thành tội.

⁵ Tỳ-kheo không thể trực tiếp nhận tiền ấy, chỉ có thể nhận y. Vì thế cần có một người giúp việc mang tiền đi may y.

⁶ Người này thường là một cư sĩ có thiện tâm hoặc người thường lui tới cúng dường nơi chùa ấy.

thứ năm, thứ sáu, nhưng chỉ được lặng thinh mà đến để người ấy tự nhớ ra, không được dùng lời nhắc nhở nữa.

Nếu sau sáu lần đến mà nhận được y thì tốt, bằng không nhận được thì thôi không đến nữa. Nếu còn đến đòi hỏi, phạm vào tội ni-tát-kỳ ba-dật-đề.

Nếu cuối cùng không nhận được y, tỳ-kheo nên tự đến, hoặc nhờ người đến chỗ người đã cúng tiền may y mà báo cho biết rằng: "Trước ông có gửi cúng số tiền để may y cho tỳ-kheo ấy, nay tỳ-kheo ấy thật không nhận được y. Ông có thể đến lấy lại tiền, không nên để mất." Như vậy là đúng pháp.

11. Như có tỳ-kheo nào dùng hàng tơ lụa, hoặc một phần tơ lụa để may ngọa cụ[1] mới, phạm vào tội ni-tát-kỳ ba-dật-đề.

12. Như có tỳ-kheo nào dùng toàn lông dê mới màu đen để làm ngọa cụ mới, phạm vào tội ni-tát-kỳ ba-dật-đề.

13. Như có tỳ-kheo nào muốn làm ngọa cụ mới, không được dùng toàn lông dê màu trắng, nên dùng hai phần lông dê màu đen, một phần màu trắng, một phần[2] màu tạp.[3] Nếu tỳ-kheo làm ngọa cụ mới không pha trộn như vậy, phạm vào tội ni-tát-kỳ ba-dật-đề.

14. Như có tỳ-kheo nào may ngọa cụ rồi dùng chưa quá sáu năm, chưa xả bỏ, lại may ngọa cụ mới, phạm vào tội ni-tát-kỳ ba-dật-đề.[4]

---

[1] Đồ dùng may bằng vải có nhồi bông hoặc vải vụn bên trong, dùng để trải làm chỗ ngồi, nằm.

[2] Nguyên văn chữ Hán dùng "tam phần, tứ phần", nhưng hàm ý là phần thứ ba, phần thứ tư. Hai phần này cộng lại bằng với phần lông màu trắng, nên dịch là "một phần".

[3] Nghĩa là các màu khác. Có bản chú là màu xám, có bản chú là màu nâu đỏ... Có lẽ nên hiểu là tạp sắc, không thuần.

[4] Theo điều này có hai trường hợp phạm vào: 1. Dùng ngọa cụ chưa quá sáu năm. 2. Tuy đủ sáu năm, nhưng chưa xả bỏ.

15. Như có tỳ-kheo nào may ngọa cụ mới, nên cắt lấy một miếng ngọa cụ cũ[1] rộng vuông vức chừng một gang tay mà may đè lên trên, để làm mất màu xinh đẹp của ngọa cụ mới. Nếu may ngọa cụ mới mà không làm như vậy, phạm vào tội ni-tát-kỳ ba-dật-đề.

16. Như có tỳ-kheo nào trong khi đi đường được người cúng dường lông dê, lại không có người mang giúp phải tự mình mang đi, không được mang quá ba do-tuần.[2] Nếu tự mình mang lông dê đi quá ba do-tuần, phạm vào tội ni-tát-kỳ ba-dật-đề.

17. Như có tỳ-kheo nào nhờ tỳ-kheo ni giặt, nhuộm hoặc giũ cho sạch lông dê, phạm vào tội ni-tát-kỳ ba-dật-đề.[3] Trừ trường hợp tỳ-kheo ni ấy là bà con thân thuộc.

18. Như có tỳ-kheo nào tự tay nhận tiền, vàng, bạc,[4] hoặc chỉ bảo sai khiến người nhận lấy, hoặc bảo người để nơi nào đó rồi sau đến nhận, phạm vào tội ni-tát-kỳ ba-dật-đề.

19. Như có tỳ-kheo nào mua bán các món đồ quý giá, phạm vào tội ni-tát-kỳ ba-dật-đề.

---

[1] Đây là trường hợp tấm cũ đã hư hỏng đến mức không thể dùng hoặc mang cho người khác dùng được nữa.

[2] Do-tuần (yojana), cũng đọc là du-thiện-na hay du-xá-na, có chỗ còn gọi là do-diên, cũng đều là chữ này. Các sách chú về đơn vị này rất khác biệt nhau, có sách nói là 40 dặm, có sách nói 30 dặm, lại có sách cho là chỉ có 16 dặm. Nhưng nếu theo tương quan các đơn vị cổ của Ấn Độ mà xét thì một do-tuần có 8 câu-lư-xá, một câu-lư-xá là quãng cách tối đa còn có thể nghe được tiếng rống của một con trâu lớn. Điều này nhằm giữ tác phong, oai nghi của vị tỳ-kheo khi đi đường. Vì thế, tuy lông dê ngày nay không còn được dùng phổ biến nữa, điều này có thể hiểu chung là không mang vác vật cồng kềnh đi xa trên đường, vì như thế làm mất đi oai nghi của vị tỳ-kheo.

[3] Tương tự như điều trước, điều này nên hiểu theo ý nghĩa là: tỳ-kheo không nên nhờ tỳ-kheo ni làm những việc giặt giũ y phục, đồ dùng. Còn về khoản lông dê thì ngày nay không còn thông dụng nữa.

[4] Chỉ chung các món quý giá.

20. Như có tỳ-kheo nào làm việc buôn bán các thứ, phạm vào tội ni-tát-kỳ ba-dật-đề.

21. Như có tỳ-kheo nào cất giữ thêm bình bát,[1] quá mười ngày không theo phép tịnh thí mà xả cho người khác, phạm vào tội ni-tát-kỳ ba-dật-đề.[2]

22. Như có tỳ-kheo nào dùng bình bát chưa đủ năm lần hàn,[3] không bị rỉ chảy,[4] lại muốn tìm cầu bình bát khác tốt hơn. Nếu được bát mới,[5] phạm vào tội ni-tát-kỳ ba-dật-đề.

Tỳ-kheo đã phạm điều này, nên mang bát mới đến trước chúng tăng mà xả bỏ rồi sám hối. Chúng tăng nhận sám hối rồi, sẽ giao lại cho tỳ-kheo ấy bình bát nào xấu nhất.[6] Nên giữ lấy mà dùng cho đến khi hư bể, như vậy mới đúng pháp.

23. Như có tỳ-kheo nào tự mình đi xin sợi vải, nhờ thợ dệt lại thành vải để may y, phạm vào tội ni-tát-kỳ

---

[1] Đức Phật quy định mỗi tỳ-kheo chỉ được giữ một cái bình bát để khất thực mà thôi.

[2] Được phép cất giữ trong vòng 10 ngày vì lý do nào đó. Quá 10 ngày là phạm giới. So sánh với điều một của phần này.

[3] Khi bình bát bị thủng hoặc rỉ chảy do dùng lâu ngày, phải dùng keo hàn kín lại. Tối thiểu phải là 5 lần hàn trước khi thay bình bát mới.

[4] Theo điều này có 2 trường hợp phạm vào: 1. Chưa đủ 5 lần hàn đã thay bát. 2. Tuy đã hàn đủ 5 lần hoặc hơn nữa, nhưng hiện vẫn còn dùng được, không bị rỉ chảy mà muốn thay.

[5] Chưa nhận được bát mới thì chưa thành tội.

[6] Nếu tỳ-kheo phạm vào giới này, nhận bát mới, sau khi tác bạch xả bỏ trước chúng tăng, chúng tăng sẽ lấy bình bát ấy mà trao ra trước đại chúng, lần lượt từng người từ vị thượng tọa lớn nhất xuống cho đến tỳ-kheo có tuổi hạ thấp nhất, mỗi người đều được hỏi có muốn đổi lấy bát ấy không. Nếu ai nhận đổi, thì giao bát mới cho người ấy, rồi đổi lấy bát cũ của người ấy mà hỏi tiếp. Khi hỏi đến người thấp nhất trong chúng rồi, mới mang bình bát cuối cùng ấy mà trao lại cho người phạm giới. Vì vậy mà nói là bát xấu nhất.

ba-dật-đề. Trừ trường hợp người thợ dệt ấy là bà con thân thuộc.

24. Như có cư sĩ hoặc vợ cư sĩ nhờ thợ dệt vải để may y cúng dường cho tỳ-kheo. Vị tỳ-kheo ấy trước không được nhận thỉnh tùy ý,¹ lại tìm đến người thợ dệt và nói rằng: "Tấm y đó là làm cho tôi. Ông hãy dệt cho thật tốt. Hãy dệt cho rộng rãi, bền chắc, nhuyễn mịn, tôi sẽ thưởng cho ông." Tỳ-kheo ấy nói rồi cho tiền thợ dệt, dù chỉ trị giá một bữa ăn, nhận được y rồi là phạm tội ni-tát-kỳ ba-dật-đề.²

25. Như có tỳ-kheo nào, trước đem y thí cho một tỳ-kheo khác, sau lại vì sự giận hờn mà đòi lại, hoặc bảo người khác đòi, nói rằng: "Trả y cho ta, chẳng cho ông nữa." Tỳ-kheo kia trả y, tỳ-kheo này nhận y lại rồi,³ phạm vào tội ni-tát-kỳ ba-dật-đề.

26. Như tỳ-kheo vì mắc bệnh, có thể cất chứa để dùng các món để làm thuốc⁴ như váng sữa, dầu, sữa tươi, mật ong, đường phèn, trong vòng 7 ngày.⁵ Nếu quá 7 ngày mà dùng, phạm vào tội ni-tát-kỳ ba-dật-đề.

27. Khi mùa xuân⁶ còn một tháng, tỳ-kheo được nhận áo tắm mưa, mùa xuân còn nửa tháng thì có thể

---

¹ Nếu được nhận thỉnh tùy ý (tự tứ thỉnh) thì tỳ-kheo có quyền yêu cầu người cúng dường theo ý mình.

² Chưa được y thì chưa thành tội theo điều này.

³ Chưa nhận lại được y thì chưa thành tội theo điều này.

⁴ Nguyên văn là "tàn dược", chỉ những món có thể uống được, cũng như thức ăn uống nhưng có công năng trị bệnh.

⁵ Có 2 yếu tố cần lưu ý trong điều này: 1. Dùng để làm thuốc (hoặc để chế thuốc, hoặc phải dùng kèm theo hướng dẫn của thầy thuốc...). 2. Quá 7 ngày thì không dùng nữa, nghĩa là phải đem tịnh thí cho người khác.

⁶ Ấn Độ chỉ có 3 mùa trong một năm: xuân, hạ và đông. Như vậy mỗi mùa có đến 4 tháng. Xuân còn một tháng nghĩa là hết tháng 3. Có bản chú là 16 tháng 3.

dùng.¹ Nếu nhận sớm hơn hoặc dùng sớm hơn, đều phạm vào tội ni-tát-kỳ ba-dật-đề.

28. Khi còn mười ngày nữa mới mãn hạ an cư, có thí chủ vì việc gấp đến cúng dường y.² Tỳ-kheo biết việc gấp của thí chủ, nên thọ nhận. Nhận rồi được cất giữ theo thời gian quy định, như cất giữ quá lâu, phạm vào tội ni-tát-kỳ ba-dật-đề.

29. Khi mùa an cư đã mãn được một tháng,³ như tỳ-kheo ở những chỗ vắng vẻ, sợ có trộm cướp, có thể gửi bớt một tấm y ở nhà dân trong thôn xóm.⁴ Trong trường hợp này, tỳ-kheo có thể rời y mà ngủ chỗ khác trong vòng sáu đêm. Nếu quá sáu đêm, phạm vào tội ni-tát-kỳ ba-dật-đề.

30. Như có tỳ-kheo nào, biết là đồ vật của chúng tăng mà muốn lấy làm của mình, phạm vào tội ni-tát-kỳ ba-dật-đề.

- Kính bạch chư đại đức. Tôi đã thuyết xong ba mươi pháp ni-tát-kỳ ba-dật-đề, xin hỏi chư đại đức, trong chúng tăng đây có được thanh tịnh hay chăng?

---

¹ Quy định như vậy là vừa theo với mùa mưa đến. Tất nhiên ở mỗi xứ có sự khác nhau. Điều quan trọng là: tỳ-kheo không được nhận trước để cất giữ khi chưa cần đến.

² Đúng kỳ Tự tứ, tức là mãn hạ, theo lệ mới cúng y. Điều này cho phép trong trường hợp đặc biệt, người cúng dường có việc gấp chính đáng như sắp đi xa, hoặc trong nhà có người bệnh, người chết, thí chủ muốn cúng dường cầu phước... Y cúng dường theo cách này gọi là cấp thí y, có điểm đặc biệt là, nếu nhận thì được, không nhận thì mất, vì qua dịp ấy rồi thí chủ không cúng nữa. Vì thế, chư tỳ-kheo có thể nhận rồi cất giữ lại.

³ Một tháng sau mùa an cư, gọi là tháng Ca-đề. Theo điều này thì tháng Ca-đề cũng đã hết.

⁴ Sau mùa an cư, các tỳ-kheo đi du hóa nhiều nơi vắng vẻ, dễ xảy ra nạn trộm cướp, thường bị mất y, nên quy định điều này để giảm bớt nguy hiểm cho các vị.

Người thuyết giới lặp lại câu hỏi này ba lần. Nếu có ai nhớ ra mình đã phạm vào các giới này thì phải tự nhận.¹ Nếu không thì tất cả đều yên lặng.

– *Kính bạch chư đại đức, vì các vị đều lặng yên, nên xem như trong chúng tăng đây hết thảy đều thanh tịnh. Việc này xin được hiểu như vậy.*

VI. CHÍN MƯƠI PHÁP BA-DẬT-ĐỀ

– *Kính bạch chư đại đức tăng. Chín mươi pháp ba-dật-đề này, nửa tháng phải tụng đọc lại một lần, được rút từ trong Giới kinh ra.*

1. Như có tỳ-kheo nào biết là điều sai sự thật mà vẫn nói ra, phạm vào tội ba-dật-đề.
2. Như có tỳ-kheo nào vì lý do chủng tộc, giai cấp mà dùng lời hủy nhục người,² phạm vào tội ba-dật-đề.
3. Như có tỳ-kheo nào dùng cách nói hai lưỡi,³ phạm vào tội ba-dật-đề.
4. Như có tỳ-kheo nào ngủ lại trong nhà có phụ nữ qua đêm, phạm vào tội ba-dật-đề.
5. Như có tỳ-kheo nào cùng với người chưa thọ giới cụ

---

¹ Nếu có người đứng ra nhận đã phạm vào một trong các tội này thì chúng tăng tùy trường hợp mà quyết định việc xử phạt. Nói chung, đối với tất cả ba mươi pháp ni-tát-kỳ ba-dật-đề này đều có liên quan đến tài vật. Người phạm tội phải mang tất cả tài vật có liên quan đến thí xả trước chúng tăng, sau đó mới chí thành sám hối. Nếu chúng tăng nhận cho sự sám hối đó thì người phạm tội chỉ cần tuân theo quyết định của chúng tăng là được. Nghi thức thí xả tài vật và sám hối trước chúng tăng để trừ tội này gọi là phép Xả đọa.

² Miệt thị người khác là thuộc dòng tộc, giai cấp thấp hèn, đáng khinh...

³ Nói hai lưỡi (lưỡng thiệt ngữ): nói đâm thọc, nói hai chiều. Đối với đôi bên đều đến quan hệ rồi dùng lời truyền đạt những nội dung khác nhau, kích bác để ly gián, gây bất hòa.

túc mà ngủ chung trong một nhà quá hai đêm, đến đêm thứ ba thì phạm vào tội ba-dật-đề.

6. Như có tỳ-kheo nào cùng với người chưa thọ cụ túc giới đọc tụng kinh điển, phạm vào tội ba-dật-đề.

7. Như có tỳ-kheo nào đem việc phạm tội thô ác của tỳ-kheo khác nói với người chưa thọ cụ túc giới, phạm vào tội ba-dật-đề. Trừ trường hợp do chúng tăng quyết định.[1]

8. Như có tỳ-kheo nào đem việc mình chứng đắc hơn người nói với người chưa thọ cụ túc giới, phạm vào tội ba-dật-đề.[2]

9. Như có tỳ-kheo nào thuyết pháp quá năm, sáu câu[3] với phụ nữ, phạm vào tội ba-dật-đề. Trừ trường hợp có người đàn ông sáng suốt cùng ở đó.

10. Như có tỳ-kheo nào tự tay đào xới đất, hoặc sai bảo người khác làm, phạm vào tội ba-dật-đề.[4]

11. Như có tỳ-kheo nào phá hại mầm giống cho đến cây cỏ đang còn sống, phạm vào tội ba-dật-đề.[5]

12. Như có tỳ-kheo nào cố ý nói quanh co gây phiền toái cho chúng tăng,[6] phạm vào tội ba-dật-đề.

---

[1] Nghĩa là chúng tăng hội lại quyết định việc ấy nên làm, và cử một tỳ-kheo đi nói việc ấy. Như trường hợp tôn giả Xá-lợi-phất được cử đi nói tội của Đề-bà-đạt-đa với vua Tần-bà-sa-la và dân trong thành Vương-xá.

[2] Đây là quả thật có hơn người, bằng như nói không thật lại phải ghép tội vọng ngữ.

[3] Có bản chú năm câu là nói pháp vô ngã của sắc, thọ, tưởng, hành, thức; sáu câu là nói pháp vô thường của nhãn, nhĩ, tỉ, thiệt, thân, ý. Theo chúng tôi sự suy diễn này không hợp lý.

[4] Điều này ngăn ngừa tỳ-kheo làm việc đào xới đất là vì làm tổn hại đến côn trùng.

[5] Đến như sự sống của cây cối cũng phải tôn trọng, không được hủy phạm. Như cần dùng cây cối, chỉ nên chọn cây khô, đã chết. Như hái rau ăn cũng không được nhổ cả gốc mà làm chết cây rau.

[6] Đây chỉ việc tỳ-kheo không nhận lỗi do chúng tăng chỉ ra mà tìm những lời quanh co, không liên hệ để né tránh tội của mình.

13. Như có tỳ-kheo nào chê bai sau lưng hoặc mạ lỵ trước mặt đối với vị tăng tri sự,¹ phạm vào tội ba-dật-đề.

14. Như có tỳ-kheo nào tự mình lấy, hoặc nhờ người khác lấy các vật dụng của chúng tăng như ghế, giường, ngọa cụ, tọa cụ mang ra chỗ trống để dùng. Khi dùng xong, trước khi rời đi không dẹp cất lại chỗ cũ, cũng không nhờ người khác dẹp cất lại, phạm vào tội ba-dật-đề.

15. Như có tỳ-kheo nào tự mình lấy, hoặc nhờ người khác lấy các vật dụng của chúng tăng như ghế, giường, ngọa cụ, tọa cụ bày ra trong phòng của tăng để dùng. Khi dùng xong, trước khi rời đi không dẹp cất lại chỗ cũ, cũng không nhờ người khác dẹp cất, phạm vào tội ba-dật-đề.

16. Như có tỳ-kheo nào, biết chỗ nghỉ của tỳ-kheo khác, khi đến sau lại mang ngọa cụ trải ra mà nằm, tự nghĩ rằng: "Nếu ông ấy có chê là chật chội thì cứ việc tránh ta mà đi nơi khác." Nhân duyên hành động như vậy không hợp với oai nghi, phạm vào tội ba-dật-đề.

17. Như có tỳ-kheo nào do tức giận tỳ-kheo khác, trong lòng không vui, liền xô đuổi hoặc sai khiến người khác xô đuổi tỳ-kheo ấy ra khỏi tăng phòng, phạm vào tội ba-dật-đề.

18. Như có tỳ-kheo nào nằm hoặc ngồi trên giường bị lỏng chân,² phạm vào tội ba-dật-đề.

---

¹ Tức là người được chúng tăng ủy nhiệm cho coi sóc, thực hiện công việc nào đó.

² Đây là trường hợp trong các phòng tăng chật, hoặc khi chư tăng an cư không đủ chỗ nghỉ, phải kê giường nhiều tầng. Người nằm tầng trên phải có trách nhiệm kiểm tra kỹ giường của mình, để đảm bảo an toàn cho người nằm dưới. Nếu giường lỏng chân mà để vậy nằm hoặc ngồi thì phạm giới.

19. Như có tỳ-kheo nào biết là nước có trùng mà tự mình đổ lên bùn đất, hoặc tưới trên cỏ, hoặc sai bảo người khác làm như vậy, phạm vào tội ba-dật-đề.

20. Như có tỳ-kheo nào làm phòng lớn có cửa song, cửa sổ và các vật trang hoàng, chỉ được lợp mái từ hai đến ba lớp. Nếu quá mức, phạm vào tội ba-dật-đề.[1]

21. Như có tỳ-kheo nào, chúng tăng không đề cử mà tự ý đến dạy giáo pháp cho tỳ-kheo ni, phạm vào tội ba-dật-đề.

22. Như có tỳ-kheo nào, được chúng tăng đề cử đến dạy giáo pháp cho tỳ-kheo ni, đến chiều tối mới về, phạm vào tội ba-dật-đề.

23. Như có tỳ-kheo nào nói rằng các tỳ-kheo khác vì chuyện ăn uống mà đi dạy giáo pháp cho tỳ-kheo ni,[2] phạm vào tội ba-dật-đề.

24. Như có tỳ-kheo nào đem y cho tỳ-kheo ni, phạm vào tội ba-dật-đề. Trừ trường hợp trao đổi với nhau, hoặc tỳ-kheo ni đó là người bà con thân thuộc.

25. Như có tỳ-kheo nào vì tỳ-kheo ni mà may y, phạm vào tội ba-dật-đề. Trừ trường hợp tỳ-kheo ni đó là người bà con thân thuộc.

26. Như có tỳ-kheo nào cùng ngồi ở chỗ khuất vắng với tỳ-kheo ni, phạm vào tội ba-dật-đề.

27. Như có tỳ-kheo nào cùng với tỳ-kheo ni hẹn trước với nhau để cùng đi chung đường đến thôn khác, cho đến thậm chí chỉ trong phạm vi một thôn, phạm vào tội ba-dật-đề. Trừ trường hợp cùng đi với đoàn khách buôn, hoặc khi lo sợ có nguy hiểm trên đường.

28. Như có tỳ-kheo nào cùng với tỳ-kheo ni hẹn trước với

---

[1] Điều này quy định mức độ vừa phải khi sử dụng vật liệu làm nhà, không được hoang phí của người cúng dường.

[2] Tức là lời xuyên tạc, bôi nhọ, không đúng sự thật.

nhau để cùng đi thuyền xuôi dòng hoặc ngược dòng, phạm vào tội ba-dật-đề.Trừ trường hợp đi thuyền ngang qua sông.

29. Như tỳ-kheo nào biết có tỳ-kheo ni vì mình mà đến nói với thí chủ nên người ấy mới cúng dường thức ăn cho mình, vẫn thọ nhận thức ăn ấy, phạm vào tội ba-dật-đề. Trừ trường hợp người thí chủ ấy đã phát tâm cúng dường từ trước.

30. Như có tỳ-kheo nào hẹn trước với người phái nữ để cùng đi chung đường, dù chỉ trong phạm vi một thôn, phạm vào tội ba-dật-đề.

31. Như có tỳ-kheo nào đến chỗ thí chủ cúng dường một bữa ăn,[1] không có bệnh chỉ được thọ nhận một bữa. Nếu quá, phạm vào tội ba-dật-đề.

32. Như có tỳ-kheo nào thọ thỉnh ăn nhiều lần trong ngày, phạm vào tội ba-dật-đề. Trừ các trường hợp có bệnh, hoặc khi thí chủ cúng y.[2]

33. Như có tỳ-kheo nào thọ thỉnh ăn thành chúng riêng,[3] phạm tội ba-dật-đề. Trừ các trường hợp như khi có bệnh, khi may y,[4] khi nhận cúng y,[5] khi đi đường xa, khi đi tàu thuyền,[6] khi đại chúng tụ họp

---

[1] Đây chỉ nơi trú xứ ở vùng không có chùa, tinh xá, có người thí chủ phát tâm lập ra để các vị tăng có việc đi qua có chỗ ghé lại nghỉ đêm và cúng dường một bữa ăn cho mỗi vị.

[2] Vì theo lệ cúng y có kèm theo cúng thức ăn, nên dù tỳ-kheo trước đó đã ăn rồi cũng được thọ nhận, để tránh sự bất tiện cho thí chủ.

[3] Từ bốn vị tỳ-kheo trở lên cùng ăn một nơi nào gọi là một chúng riêng (biệt chúng).

[4] Tức là trong tháng Ca-đề, sau khi mãn hạ, là thời gian quy định để các tỳ-kheo may y.

[5] Vì khi cúng y, thí chủ thường cúng dường cả thức ăn nên cho phép thọ nhận để không trở ngại việc cúng dường của thí chủ.

[6] Khi đi đường, đi thuyền, có bốn tỳ-kheo hoặc nhiều hơn, cho phép được ăn thành chúng riêng để tránh bất tiện.

đông đảo,¹ khi các thầy tu ngoại đạo cúng dường.²

34. Như tỳ-kheo thọ thỉnh cúng dường ở nhà cư sĩ, có bánh hoặc lương khô, nếu muốn có thể nhận đến hai hoặc ba bát mang về chùa phân chia cho các tỳ-kheo khác cùng ăn. Như tỳ-kheo không có bệnh³ mà thọ nhận nhiều hơn hai hoặc ba bát, khi về chùa không phân chia cho các tỳ-kheo khác cùng ăn, phạm tội ba-dật-đề.

35. Như có tỳ-kheo nào đã ăn đủ rồi, nếu có thọ thỉnh, không làm phép dư thực⁴ mà ăn nữa, phạm tội ba-dật-đề.

36. Như có tỳ-kheo nào, biết tỳ-kheo khác đã ăn đủ trong ngày rồi, khi thọ thỉnh không làm phép dư thực, lại cố ân cần mời thỉnh vị ấy ăn nữa, không vì mục đích gì khác hơn là muốn cho vị kia phạm giới mà thôi. Tỳ-kheo như vậy phạm vào tội ba-dật-đề.

37. Như có tỳ-kheo nào thọ nhận thức ăn và ăn phi thời,⁵ phạm vào tội ba-dật-đề.

---

¹ Khi đại chúng tập hợp quá đông, nếu không cho chia ra các chúng riêng thì ít có nơi nào đủ sức cúng dường.

² Nguyên văn là "sa-môn thí thực thời". Sa-môn ở đây chỉ cho các tu sĩ đạo khác nên gọi là ngoại đạo.

³ Trường hợp có bệnh, tỳ-kheo có thể để dành lại mà ăn nhiều bữa, nên không phạm giới.

⁴ Khi Đức Phật chế định việc chỉ ăn một lần trong ngày, có một số tỳ-kheo do thể trạng không tốt, giữ giới này thì thân thể ngày càng gầy ốm; hoặc có khi tỳ-kheo thọ nhận một bữa ăn nhưng vì không đủ thức ăn trong bữa ấy nên chưa no. Với những trường hợp này, về sau đức Phật cho phép có thể ăn lần nữa, nhưng phải làm phép dư thực rồi mới được ăn. Phép dư thực là, mang thức ăn đến trước một vị tỳ-kheo ăn chưa xong và nói rằng mình đã ăn đủ rồi. Vị này sẽ lấy một ít thức ăn đó để ăn và bảo người làm phép dư thực rằng: "Thầy có thể tùy ý lấy ăn." Làm phép dư thực này rồi thì có thể ăn thức ăn đó. Nhưng dù sao thì các bữa ăn này cũng không được quá ngọ.

⁵ Phi thời: Phật chế định rằng tỳ-kheo chỉ đi khất thực, thọ nhận thức ăn và

38. Như có tỳ-kheo nào ăn thức ăn được chứa trữ từ hôm trước,¹ phạm vào tội ba-dật-đề.

39. Như có tỳ-kheo nào, không phải thức ăn hoặc thuốc cúng dường cho mình mà để vào trong miệng, phạm vào tội ba-dật-đề. Trừ ra nước và nhành dương.²

40. Như có tỳ-kheo nào, nếu thấy có những thức ăn ngon,³ tự mình đòi hỏi được ăn, phạm vào tội ba-dật-đề. Trừ trường hợp do có bệnh.

41. Như có tỳ-kheo nào tự tay trao thức ăn để thí cho người ngoại đạo,⁴ phạm vào tội ba-dật-đề.⁵

42. Như có tỳ-kheo nào trước đã thọ thỉnh cúng dường, sau đó trước hoặc sau giờ thọ thực lại đến nhà khác mà không báo cho tỳ-kheo khác biết, phạm vào tội ba-dật-đề.⁶ Trừ các trường hợp như có bệnh, hoặc khi nhận cúng y, khi may y.

43. Như có tỳ-kheo nào khất thực trong nhà có đồ quý giá, cố ngồi nán lại,⁷ phạm vào tội ba-dật-đề.

44. Như có tỳ-kheo nào khất thực trong nhà có đồ quý

ăn trước giờ ngọ, tức là đến giữa trưa. Khi đã quá giữa ngày cho đến sáng hôm sau, chẳng những không được ăn mà cũng không được đi khất thực hoặc thọ nhận thức ăn nữa.

¹ Tức là nhận được rồi cất giữ cho đến hôm sau, qua một đêm.

² Nhành dương được dùng để chà răng khi súc miệng, hoặc tước ra làm tăm xỉa răng.

³ Dịch sát nguyên văn là các món sữa, bơ, cá, thịt. Theo ý khái quát nên chỉ chung các món ăn ngon.

⁴ Dịch đủ theo nguyên văn là nam nữ ngoại đạo, không khác nghĩa.

⁵ Theo điều này, muốn thí thức ăn cho người ngoại đạo, tỳ-kheo phải đặt thức ăn xuống cho họ tự đến lấy. Như vậy là để ngăn chặn những điều hiểu lầm không tốt. Không nên hiểu điều này là không được thí thức ăn cho ngoại đạo.

⁶ Điều này để tránh cho chư tỳ-kheo phải chờ đợi vị ấy.

⁷ Nghĩa là đã thọ thực xong, không có lý do gì mà vẫn cố ngồi nán lại.

giá mà ngồi nơi chỗ khuất kín,[1] phạm vào tội ba-dật-đề.

45. Như có tỳ-kheo nào một mình ngồi với phụ nữ[2] ở chỗ trống trải, phạm vào tội ba-dật-đề.

46. Như có tỳ-kheo nào bảo tỳ-kheo khác cùng đi với mình đến chỗ thôn xóm kia, nói rằng có thể nhận được thức ăn. Đến nơi không có thức ăn, lại nói rằng: "Ông nên đi đi. Tôi ngồi với ông, nói chuyện với ông không được vui; tôi ngồi một mình sẽ được vui vẻ." Nói thế không ngoài mục đích là tìm cách xô đuổi vị kia đi nơi khác. Tỳ-kheo như vậy phạm vào tội ba-dật-đề.

47. Như có tỳ-kheo nào muốn nhận sự cúng dường thuốc men của thí chủ để dùng trong vòng 4 tháng, dù không bệnh cũng được nhận. Nếu nhận quá mức trên, phạm vào tội ba-dật-đề. Trừ các trường hợp có người phát tâm cúng dường thường xuyên, hoặc hết hạn bốn tháng rồi nhận cúng dường lần khác, hoặc thí chủ mang đến chùa phân chia cúng dường cho tăng chúng, hoặc thí chủ phát tâm cúng dường suốt đời.

48. Như có tỳ-kheo nào đến xem những chỗ quân trận,[3] phạm vào tội ba-dật-đề. Trừ trường hợp có nhân duyên thích hợp.[4]

49. Như có tỳ-kheo nào có nhân duyên phải đến chỗ quân trận, có thể ở lại hai hoặc ba đêm. Nếu lâu hơn, phạm vào tội ba-dật-đề.

---

[1] Chỗ khuất kín là chỗ mà người khác không thấy, nên không biết được mình đang làm gì.

[2] Nghĩa là không có ai khác nữa.

[3] Chỉ chung những chỗ đóng quân, dàn quân hoặc giao chiến giữa đôi bên.

[4] Chẳng hạn như được mời thỉnh hoặc đến vì một nguyên nhân chính đáng khác, không phải vì muốn xem quân trận.

50. Như có tỳ-kheo nào, có nhân duyên đến chỗ quân trận, ở lại đó từ hai đến ba đêm, lại đi xem quân lính tập dượt, dàn trận, đánh nhau, phạm vào tội ba-dật-đề.

51. Như có tỳ-kheo nào uống rượu, phạm vào tội ba-dật-đề.

52. Như có tỳ-kheo nào bơi lội đùa nghịch trong nước, phạm tội ba-dật-đề.

53. Như tỳ-kheo dùng ngón tay mà chọc lẫn vào người nhau, phạm vào tội ba-dật-đề.[1]

54. Như có tỳ-kheo nào không nghe lời can ngăn của người khác, phạm vào tội ba-dật-đề.

55. Như có tỳ-kheo nào làm cho tỳ-kheo khác lo lắng, sợ sệt, phạm vào tội ba-dật-đề.

56. Như có tỳ-kheo nào trong nửa tháng tắm quá một lần,[2] phạm tội ba-dật-đề. Trừ các trường hợp như khi trời nóng nực, khi thân thể có bệnh, khi phải làm việc nhiều, khi mưa gió, khi đi đường xa.

57. Như có tỳ-kheo nào không có bệnh nhưng vì muốn hơ ấm, ở chỗ đất trống đốt lửa, hoặc sai khiến người khác đốt, phạm vào tội ba-dật-đề. Trừ trường hợp có nhân duyên thích hợp.

58. Như có tỳ-kheo nào mang giấu y bát, tọa cụ, ống đựng kim của tỳ-kheo khác, dù chỉ để đùa chơi, phạm vào tội ba-dật-đề.

59. Như có tỳ-kheo nào đã đem y thí cho người khác, về sau không nói với người ấy mà tự ý lấy dùng, phạm vào tội ba-dật-đề.

---

[1] Tức là để đùa nghịch, chọc lét, làm cho người ta phải cười.

[2] Tức là chỉ được tắm một lần trong nửa tháng. Quy định này có thể do điều kiện sống của Ấn Độ vào thời đó.

60. Như có tỳ-kheo nào được y mới, phải đem nhuộm cho xấu đi[1] rồi mới dùng. Nếu không nhuộm xấu đi mà mặc vào, phạm tội ba-dật-đề.

61. Như có tỳ-kheo nào cố ý giết chết các loài động vật, phạm vào tội ba-dật-đề.

62. Như có tỳ-kheo nào biết là trong nước có trùng mà vẫn uống hoặc lấy dùng, phạm vào tội ba-dật-đề.

63. Như có tỳ-kheo nào cố ý tìm cách gây sự nghi ngờ hoang mang cho tỳ-kheo khác, khiến chẳng lúc nào được vui vẻ, phạm vào tội ba-dật-đề.

64. Như có tỳ-kheo nào biết tỳ-kheo khác phạm tội thô[2] mà che giấu, phạm vào tội ba-dật-đề.

65. Như có tỳ-kheo nào biết người chưa đủ 20 tuổi mà nhận cho thọ giới cụ túc, người đó không được giới, chư tỳ-kheo có thể quở trách tỳ-kheo ấy vì ngu si, phạm vào tội ba-dật-đề.

66. Như có tỳ-kheo nào, biết những chuyện tranh chấp đã theo đúng pháp sám hối trừ diệt đi rồi, sau lại phát khởi lên, phạm vào tội ba-dật-đề.

67. Như có tỳ-kheo nào đã biết là kẻ gian mà cùng đi chung đường, dù chỉ là trong phạm vi một thôn, phạm vào tội ba-dật-đề.

68. Như có tỳ-kheo nào nói rằng: "Phật có nói là việc dâm dục không ngăn ngại gì cho đạo pháp." Có tỳ-kheo khác can ngăn rằng: "Đại đức, chớ nói như thế. Chớ nên hủy báng đức Thế Tôn, như vậy là không tốt.

---

[1] Nguyên văn là nhuộm một trong các màu hoặc xanh, hoặc đen, hoặc màu mộc lan, cho mất màu ban đầu của vải đi. Nhưng mục đích của điều này là ngăn không cho tỳ-kheo mặc y phục có màu đẹp đẽ như thế tục, không nhất thiết màu gì. Như ngày nay thông dụng nhất là màu nâu sậm hoặc xám sậm.

[2] Ở đây chỉ 4 tội ba-la-di và 13 tội tăng-già bà-thi-sa.

Thế Tôn không hề nói ra lời như vậy. Ngài đã dùng vô số phương tiện để chỉ ra rằng việc dâm dục là ngăn ngại cho đạo pháp."

Dù can ngăn như thế, tỳ-kheo kia vẫn nhất mực không bỏ. Nên khuyên can cho đến ba lần. Nếu đến lần thứ ba mà chịu nghe thì tốt, bằng như vẫn không nghe, phạm vào tội ba-dật-đề.

69. Như có tỳ-kheo nào, tuy biết tỳ-kheo khác đã nói lời như trên,[1] chưa sám hối theo như pháp, chỗ tà kiến ấy cũng chưa bỏ, mà vẫn cung cấp cho những thứ cần dùng, lại cùng với kẻ ấy làm phép yết-ma, ngủ nghỉ chung nhau, nói chuyện qua lại, phạm vào tội ba-dật-đề.

70. Như tỳ-kheo được biết sa-di nói ra lời này: "Phật có nói việc dâm dục không ngăn ngại gì cho đạo pháp." Tỳ-kheo ấy liền can ngăn rằng: "Ngươi chớ nên hủy báng đức Thế Tôn, như vậy không tốt. Này sa-di, đức Thế Tôn không hề nói ra lời như vậy. Ngài đã dùng vô số phương tiện để chỉ ra rằng việc dâm dục là ngăn ngại cho đạo pháp."

Dù can ngăn như thế, sa-di kia vẫn nhất mực không bỏ. Tỳ-kheo ấy nên khuyên can, quở trách cho đến ba lần, buộc phải từ bỏ lời sai trái ấy. Nếu đến lần thứ ba mà chịu nghe thì tốt, bằng như vẫn không nghe, tỳ-kheo ấy nên nói như thế này: "Ngươi từ nay về sau không được gọi Phật là đức Thế Tôn của ngươi nữa, không được đi theo các tỳ-kheo, cũng không được cùng các thầy tỳ-kheo ngủ chung một nơi hai đến ba đêm như các sa-di khác. Ngươi phải đi khỏi đây, không được ở lại nữa."

---

[1] Điều này theo với điều trước, lời như trên là lời sai trái đã nói trong điều trước.

Như có tỳ-kheo nào biết sa-di đã bị đuổi đi như vậy mà còn mang về nuôi dưỡng, cùng sa-di ấy ngủ nghỉ chung nhau, nói chuyện qua lại, phạm vào tội ba-dật-đề.

71. Như tỳ-kheo nào làm điều sai trái, có tỳ-kheo khác theo đúng pháp can ngăn, liền đáp rằng: "Nay tôi không học giới này. Phải đợi chất vấn các vị tỳ-kheo khác có trí tuệ, giữ theo luật."[1] Tỳ-kheo ấy phạm vào tội ba-dật-đề. Như nếu thật sự vì muốn hiểu, muốn học, thì có thể chất vấn.

72. Như có tỳ-kheo nào, vào lúc thuyết giới nói rằng: "Đại đức, cần chi phải nói những giới vụn vặt ấy, chỉ làm cho người ta phải buồn phiền, hổ thẹn mà thôi." Như vậy là nghi ngờ, khinh chê giới luật, phạm vào tội ba-dật-đề.

73. Như có tỳ-kheo nào, vào lúc thuyết giới nói rằng: "Tôi đến hôm nay mới biết trong giới pháp có điều này, từ trong Giới kinh rút ra, nửa tháng tụng đọc một lần." Nhưng các tỳ-kheo khác thật biết rằng tỳ-kheo ấy ít nhất cũng hai hoặc ba lần ngồi nghe thuyết giới, huống là rất nhiều lần.

Tỳ-kheo ấy không phải là không biết giới.[2] Như đã phạm tội gì thì cứ theo đúng pháp mà trị. Ngoài ra, phải ghép thêm tội không biết nữa, bảo cho biết rằng: "Trưởng lão, ông thật không được sự ích lợi, không có chỗ khéo được. Khi thuyết giới ông đã không chú tâm vào, không một lòng lắng tai nghe pháp." Vì không biết như thế, phạm vào tội ba-dật-đề.

74. Như có tỳ-kheo nào cùng chúng tăng dự phép yết-

---

[1] Nghĩa là lấy việc chất vấn để khỏa lấp đi chỗ sai trái của mình.
[2] Nghĩa là biết mà cố ý nói rằng không biết.

ma¹ rồi, sau lại nói rằng: "Các tỳ-kheo vì chỗ thân thiết mà lấy vật của chúng tăng đem cho người kia." Như vậy phạm vào tội ba-dật-đề.

75. Như có tỳ-kheo nào, khi chúng tăng bàn việc chưa xong, tự ý bỏ đi không nói là mình sẽ thuận theo ý chung,² phạm vào tội ba-dật-đề.

76. Như có tỳ-kheo nào, đã nói là mình thuận theo ý chung, nhưng về sau lại có ý hối tiếc, phạm vào tội ba-dật-đề.

77. Như có tỳ-kheo nào, biết các tỳ-kheo khác đang bất hòa nhau, nghe chuyện bên này đến nói với bên kia,³ phạm vào tội ba-dật-đề.

78. Như có tỳ-kheo nào, do nóng giận không vui mà đánh tỳ-kheo khác, phạm vào tội ba-dật-đề.

79. Như có tỳ-kheo nào, do nóng giận không vui mà dùng tay vả, tát tỳ-kheo khác, phạm vào tội ba-dật-đề.

80. Như có tỳ-kheo nào, do nóng giận mà vô cớ vu cáo tỳ-kheo khác phạm tội tăng-già bà-thi-sa, phạm vào tội ba-dật-đề.

81. Như có tỳ-kheo nào đi vào chốn cung môn lúc vua chưa ra triều, chưa kịp cất giấu của báu, bước qua ngạch cửa phạm vào tội ba-dật-đề.

82. Như có tỳ-kheo nào tự tay cầm nắm các món đồ quý hoặc trang sức giá trị, hoặc chỉ bảo, sai khiến người khác

---

¹ Đây chỉ việc tác pháp yết-ma để phân phối đồ vật của chúng tăng cho các tỳ-kheo.

² Nguyên văn là "dữ dục". Theo lệ này, người vắng mặt chấp nhận theo bất cứ quyết định nào của tập thể.

³ Tức là muốn làm tăng thêm sự bất hòa.

cầm giữ,¹ phạm vào tội ba-dật-đề. Trừ trường hợp trong khuôn viên chùa hoặc nơi mình đang tạm nghỉ.

Nếu trong khuôn viên chùa hoặc nơi đang tạm nghỉ, tỳ-kheo có tự tay cầm nắm các món đồ quý hoặc chỉ bảo, sai khiến người khác cầm giữ, nên suy nghĩ như thế này: "Nếu chủ nhân biết mà đến sẽ giao cho." Quả thật chỉ vậy chứ không có ý gì khác.

83. Như có tỳ-kheo nào đi vào thôn xóm trái giờ² mà không báo cho các tỳ-kheo khác biết, phạm vào tội ba-dật-đề.

84. Như có tỳ-kheo nào làm giường nằm cao quá tám lóng tay của Phật, không tính từ chỗ vào mộng trở lên, làm xong phạm vào tội ba-dật-đề.³

85. Như có tỳ-kheo nào dùng loại bông mềm nhuyễn để dồn trải lên giường, chỗ nằm, chỗ ngồi, phạm vào tội ba-dật-đề.

86. Như có tỳ-kheo nào dùng các loại xương, răng, sừng thú để khoét ra, chạm trổ làm ống đựng kim. Làm xong, phạm vào tội ba-dật-đề.

87. Như có tỳ-kheo nào may tọa cụ, nên may vừa đúng cỡ, bề dài hai gang tay Phật,⁴ bề rộng một gang rưỡi. Như cần nới rộng hơn,⁵ có thể tăng mỗi bề nửa gang. Nếu may xong rộng quá cỡ phạm vào tội ba-dật-đề.

---

¹ Đây ý nói các món đồ đánh rơi.

² Từ sáng đến giữa trưa là đúng giờ, vì là giờ đi khất thực. Quá giữa trưa đến sáng hôm sau là trái giờ.

³ Một lóng tay Phật là chừng 2 tấc cổ. Tám lóng tay là một thước sáu. Mỗi thước chừng 33cm. Như vậy, giường được làm cao từ 0,5 đến 0,6 mét. Ý chính là không nên làm giường nằm quá cao.

⁴ Theo các bản chú giải xưa thì một gang tay Phật bằng 3 gang tay người thường, khoảng 0,6 mét.

⁵ Nếu người to lớn, theo cỡ thông thường không đủ.

88. Như có tỳ-kheo nào may áo để che ghẻ,[1] nên may vừa đúng cỡ, bề dài bốn gang tay Phật, bề rộng hai gang. Nếu may xong rộng quá cỡ phạm vào tội ba-dật-đề.

89. Như có tỳ-kheo nào may áo tắm mưa,[2] nên may vừa đúng cỡ, bề dài sáu gang tay Phật, bề rộng hai gang rưỡi. Nếu may xong rộng quá cỡ phạm vào tội ba-dật-đề.

90. Như có tỳ-kheo nào may y đồng cỡ với Như Lai hoặc lớn hơn, phạm vào tội ba-dật-đề. Cỡ y của Như Lai là bề dài chín gang tay Phật, bề rộng sáu gang.

- *Kính bạch chư đại đức. Tôi đã thuyết xong chín mươi pháp ba-dật-đề, xin hỏi chư đại đức, trong chúng tăng đây có được thanh tịnh hay chăng?*

Người thuyết giới lặp lại câu hỏi này ba lần. Nếu có ai nhớ ra mình đã phạm vào các giới này thì phải tự nhận.[3] Nếu không thì tất cả đều yên lặng.

- *Kính bạch chư đại đức, vì các vị đều lặng yên, nên xem như trong chúng tăng đây hết thảy đều thanh tịnh. Việc này xin được hiểu như vậy.*

---

[1] Khi tỳ-kheo bị ghẻ lở thân thể, đức Phật cho phép may áo rộng để che phủ.

[2] Khi trời mưa, nếu các tỳ-kheo cởi y mà tắm sẽ mất oai nghi, nên đức Phật cho dùng loại áo tắm mưa để che quanh.

[3] Nếu có người đứng ra nhận đã phạm vào một trong các tội này thì chúng tăng tùy trường hợp mà quyết định cho sám hối. Nói chung, chín mươi pháp ba-dật-đề này khác với ba mươi pháp ni-tát-kỳ ba-dật-đề là không có liên quan đến tài vật để phải xả bỏ, nên đều phải chí thành sám hối. Nếu chúng tăng nhận cho sự sám hối đó thì người phạm tội chỉ cần tự xét lại tâm mình, quyết lòng hối cải là được.

VII. BỐN PHÁP BA-LA-ĐỀ ĐỀ-XÁ-NI

- Kính bạch chư đại đức tăng. Bốn pháp ba-la-đề đề-xá-ni này,[1] nửa tháng phải tụng đọc lại một lần, được rút từ trong Giới kinh ra.

1. Như có tỳ-kheo nào đi vào thôn xóm, trong khi không có bệnh lại tự tay nhận thức ăn từ một tỳ-kheo ni không phải là bà con thân thuộc với mình. Tỳ-kheo ấy nên đến trước tỳ-kheo khác nói lời hối lỗi như thế này: "Bạch đại đức, tôi đã phạm vào việc đáng quở trách, thật không nên làm. Nay xin đối trước đại đức cầu sám hối." Như vậy gọi là pháp hối lỗi.

2. Như tỳ-kheo đến nhà cư sĩ thọ cúng dường, ở đó có tỳ-kheo ni đến chỉ vào tỳ-kheo ấy mà nói với thí chủ rằng: "Mang cơm cho vị này, mang canh cho vị này..." Tỳ-kheo ấy nên nói với tỳ-kheo ni rằng: "Thôi đi, đại tỷ, nên để cho chư tỳ-kheo ăn xong đã." Nếu không có tỳ-kheo nào nói như vậy với tỳ-kheo ni, tỳ-kheo ấy nên đến trước tỳ-kheo khác nói lời hối lỗi như thế này: "Bạch đại đức, tôi đã phạm vào việc đáng quở trách, thật không nên làm. Nay xin đối trước đại đức cầu sám hối." Như vậy gọi là pháp hối lỗi.

3. Như có nhà cư sĩ quá nghèo khó, chúng tăng đã khuyến cáo không nên đến đó khất thực.[2] Nếu tỳ-kheo nào không có bệnh, cũng không được thỉnh trước, lại tự tay nhận thức ăn nơi nhà ấy.[3] Tỳ-kheo đó nên đến

---

[1] Ba-la-đề đề-xá-ni (pratideśanīya) thường gọi tắt là đề-xá-ni, Hán dịch là Đối tha thuyết hướng bỉ hối, nghĩa là người phạm tội phải hướng về người khác cầu sám hối.

[2] Vì gia cảnh người quá nghèo khó, vì tín tâm cúng dường mà phải gặp khó khăn trong cuộc sống. Chúng tăng xét việc này thì làm phép yết-ma học gia, không cho phép các tỳ-kheo đến nhà ấy khất thực, nhận cúng dường.

[3] Ba trường hợp không phạm nói rõ hơn là: 1. Tỳ-kheo do có bệnh nên

trước tỳ-kheo khác nói lời hối lỗi như thế này: "Bạch đại đức, tôi đã phạm vào việc đáng quở trách, thật không nên làm. Nay xin đối trước đại đức cầu sám hối." Như vậy gọi là pháp hối lỗi.

4. Như có tỳ-kheo nào ở nơi vắng vẻ, có nhiều mối nguy hiểm, không báo trước cho các thí chủ biết,¹ khi không có bệnh mà không đi khất thực trong thôn xóm,² lại nhận lãnh thức ăn của thí chủ mang đến cúng dường cho mình,³ tỳ-kheo ấy nên đến trước tỳ-kheo khác nói lời hối lỗi như thế này: "Bạch đại đức, tôi đã phạm vào việc đáng quở trách, thật không nên làm. Nay xin đối trước đại đức cầu sám hối." Như vậy gọi là pháp hối lỗi.

- Kính bạch chư đại đức. Tôi đã thuyết xong bốn pháp ba-la-đề đề-xá-ni, xin hỏi chư đại đức, trong chúng tăng đây có được thanh tịnh hay chăng?

Người thuyết giới lặp lại câu hỏi này ba lần. Nếu có ai nhớ ra mình đã phạm vào các giới này thì phải tự nhận. Nếu không thì tất cả đều yên lặng.

- Kính bạch chư đại đức, vì các vị đều lặng yên, nên xem như trong chúng tăng đây hết thảy đều thanh tịnh. Việc này xin được hiểu như vậy.

---

nhận. 2. Tỳ-kheo được nhà cư sĩ ấy tự đến thỉnh cầu nhận cúng dường. 3. Cư sĩ ấy gởi vật phẩm cúng dường qua một người khác mang đến cho tỳ-kheo, nghĩa là tỳ-kheo không trực tiếp nhận từ cư sĩ ấy.

[1] Cần báo cho các thí chủ là nơi mình ở có những mối nguy hiểm như thế, như thế... để họ biết mà đề phòng, đừng mang vật thực đến cúng dường vì sẽ gặp nguy hiểm.

[2] Vì chỗ ở của mình có nhiều mối nguy hiểm nên tự đi vào thôn xóm khất thực để tránh mối nguy hiểm cho thí chủ khi mang vật phẩm đến cúng dường cho mình.

[3] Điều này phải sám hối vì đã gây ra cho thí chủ mối nguy hiểm khi đến cúng dường thức ăn cho mình.

VIII. MỘT TRĂM PHÁP CẦN PHẢI HỌC

- *Kính bạch chư đại đức tăng. Một trăm pháp cần phải học này,[1] nửa tháng phải tụng đọc lại một lần, được rút từ trong Giới kinh ra.*

1. Quấn tấm vải lót mình phải ngay ngắn,[2] phủ từ ngang lưng xuống gối. Điều này cần phải học.
2. Khi mặc ba tấm y vào phải cho ngay ngắn. Điều này cần phải học.
3. Khi đi vào nhà cư sĩ,[3] không được vắt tấm y ngược lên vai. Điều này cần phải học.
4. Khi đi vào nhà cư sĩ, không được vắt tấm y ngược lên vai mà ngồi. Điều này cần phải học.
5. Khi đi vào nhà cư sĩ, không được quấn y quanh cổ. Điều này cần phải học.
6. Khi đi vào nhà cư sĩ, không được quấn y quanh cổ mà ngồi. Điều này cần phải học.
7. Khi đi vào nhà cư sĩ, không được che trùm đầu. Điều này cần phải học.

---

[1] Thức-xoa-ca-la-ni (Śikṣākaranīya), Hán dịch là ưng đương học, hay ứng học tác, nghĩa là cần phải học. Còn gọi là đột-kiết-la (Duṣkṛta), dịch là ác tác, nghĩa là những hành vi không tốt. Các giới này thường được gọi chung là Bách chúng học pháp, bởi vì pháp này có một trăm điều cần phải học hỏi và noi theo, quy định chi tiết cách ứng xử hằng ngày, tạo nên oai nghi tế hạnh của người xuất gia. Những pháp này rất chi ly, không nhất thiết mỗi mỗi khi phạm vào đều phải bị xử phạt, nhưng là khuôn mẫu rất quan trọng cho mỗi người để sống tốt đời sống tu tập. Người xuất gia phải luôn luôn ghi nhớ và mỗi khi có phạm vào phải tự mình phát lộ sám hối.

[2] Tấm vải quấn này gọi là niết-bàn tăng y, không thuộc trong bộ y ba tấm của tỳ-kheo. Có người gọi là quần niết-bàn tăng. Thực ra đây chỉ là một tấm vải dùng quấn lót bên trong người, từ ngang lưng phủ xuống tới gối, trước khi đắp y vào.

[3] Chỉ chung cho việc đi vào thôn xóm, nơi dân cư.

8. Khi đi vào nhà cư sĩ, không được che trùm đầu mà ngồi. Điều này cần phải học.

9. Khi đi vào nhà cư sĩ, không được vừa đi vừa nhảy. Điều này cần phải học.

10. Không được vừa đi vừa nhảy vào nhà cư sĩ ngồi. Điều này cần phải học.

11. Không được ngồi xổm trong nhà cư sĩ. Điều này cần phải học.

12. Khi đi vào nhà cư sĩ, không được chống tay ngang hông. Điều này cần phải học.

13. Khi đi vào nhà cư sĩ ngồi, không được chống tay ngang hông. Điều này cần phải học.

14. Khi đi vào nhà cư sĩ, không được vừa đi vừa lắc lư thân hình. Điều này cần phải học.

15. Khi đi vào nhà cư sĩ ngồi, không được vừa đi vừa lắc lư thân hình. Điều này cần phải học.

16. Khi đi vào nhà cư sĩ, không được vừa đi vừa vung vẩy cánh tay. Điều này cần phải học.

17. Khi đi vào nhà cư sĩ ngồi, không được vừa đi vừa vung vẩy cánh tay. Điều này cần phải học.

18. Khi đi vào nhà cư sĩ, phải khéo đắp y che thân kín đáo. Điều này cần phải học.

19. Khi đi vào nhà cư sĩ ngồi, phải khéo đắp y che thân kín đáo. Điều này cần phải học.

20. Khi đi vào nhà cư sĩ, phải nhìn thẳng, không được liếc ngó, ngoái nhìn hai bên. Điều này cần phải học.

21. Khi đi vào nhà cư sĩ ngồi, phải nhìn thẳng, không được liếc ngó, ngoái nhìn sang hai bên. Điều này cần phải học.

22. Khi đi vào nhà cư sĩ, phải giữ thái độ điềm đạm, tĩnh lặng.¹ Điều này cần phải học.

23. Khi đi vào nhà cư sĩ ngồi, phải giữ thái độ điềm đạm, tĩnh lặng. Điều này cần phải học.

24. Khi đi vào nhà cư sĩ, không được vừa đi vừa cười đùa bỡn cợt. Điều này cần phải học.

25. Khi đi vào nhà cư sĩ ngồi, không được vừa đi vừa cười đùa bỡn cợt. Điều này cần phải học.²

26. Khi nhận thức ăn phải dụng tâm chú ý, không được suy nghĩ lơ đểnh. Điều này cần phải học.

27. Chỉ nhận cơm vừa ngang bát, không quá đầy. Điều này cần phải học.

28. Chỉ nhận canh vừa ngang bát, không quá đầy. Điều này cần phải học.

29. Khi ăn phải dùng cả cơm lẫn canh đều nhau. Điều này cần phải học.³

30. Khi ăn phải theo thứ lớp trong bát mà ăn.⁴ Điều này cần phải học.

31. Khi ăn không được moi nơi giữa bát mà ăn. Điều này cần phải học.

32. Nếu tỳ-kheo không có bệnh, không được tự đòi hỏi cơm canh cho mình.⁵ Điều này cần phải học.

---

¹ Nguyên văn chữ Hán là "tĩnh mặc", có bản dịch là yên lặng, e không hợp nghĩa, vì như thế ngăn cản cả việc tỳ-kheo trò chuyện, trao đổi những điều đúng pháp. Ở đây hàm ý không nên to tiếng, ồn ào.

² Từ điều 1 đến điều này giữ cho hình ảnh vị tỳ-kheo luôn nghiêm trang, đứng đắn khi có việc phải tiếp xúc với hàng cư sĩ.

³ Có nghĩa là, không ăn hết cơm khi còn canh, cũng không ăn hết canh khi còn cơm.

4 Nghĩa là không moi xốc, bới lựa trong bát, chỉ theo thứ tự mà ăn dần xuống.

5 Thọ nhận cúng dường tùy theo phát tâm của thí chủ, không yêu sách, đòi hỏi món này món khác.

33. Không được lấy cơm che trên canh để mong được nhận thêm.¹ Điều này cần phải học.

34. Không được liếc nhìn so sánh thức ăn trong bát mình với của người khác rồi khởi tâm ganh tỵ. Điều này cần phải học.

35. Khi ăn phải nhìn nơi bát và giữ tâm chuyên chú vào đó. Điều này cần phải học.

36. Không được ăn miếng quá lớn. Điều này cần phải học.

37. Không được há miệng quá sớm trước khi đưa thức ăn vào.² Điều này cần phải học.

38. Không được ngậm thức ăn trong miệng mà nói chuyện. Điều này cần phải học.

39. Không được thảy thức ăn từ bên ngoài vào miệng.³ Điều này cần phải học.

40. Khi ăn không được để rơi vãi thức ăn. Điều này cần phải học.

41. Không được ngậm thức ăn trong miệng đến phồng má lên. Điều này cần phải học.

42. Không được nhai thức ăn phát ra tiếng lớn.⁴ Điều này cần phải học.

43. Không được lùa, húp thức ăn quá mạnh.⁵ Điều này cần phải học.

---

¹ Để thí chủ tưởng là mình chưa nhận canh.

² Khi gắp thức ăn đưa từ bát lên miệng, vừa đến miệng rồi mới được há miệng ra. Thức ăn còn chưa đến miệng mà đã há to rồi thì phạm điều này.

³ Nghĩa là khi ăn có những món cầm, gắp được, không được dùng tay hoặc đũa gắp thảy vào trong miệng. Để giữ tế hạnh, tỳ-kheo phải từ tốn đưa vào trong miệng mà ăn.

⁴ Nhiều người có thói quen khi ăn chắp miệng đến nỗi chung quanh đều nghe thấy. Tỳ-kheo nếu có thói quen này phải bỏ đi.

⁵ Nhất là khi ăn có các món lỏng, khi húp quá mạnh gây tiếng ồn rất khiếm nhã.

44. Không được dùng lưỡi liếm thức ăn. Điều này cần phải học.

45. Không được rảy tay trong khi ăn. Điều này cần phải học.

46. Không được dùng tay nhặt thức ăn rơi rớt mà ăn. Điều này cần phải học.

47. Tay dơ không được cầm nắm vào vật đựng thức ăn. Điều này cần phải học.

48. Không được rửa bát đổ nước trong nhà thí chủ. Điều này cần phải học.[1]

49. Không được đại, tiểu tiện hoặc hỉ mũi, khạc nhổ lên trên rau cỏ sống, trừ phi có bệnh. Điều này cần phải học.

50. Không được đại, tiểu tiện hoặc hỉ mũi, khạc nhổ trong nước sạch, trừ phi có bệnh. Điều này cần phải học.

51. Không được đứng mà đại, tiểu tiện, trừ phi có bệnh. Điều này cần phải học.

52. Không thuyết pháp với người vắt áo ngược lên, không cung kính, trừ phi người ấy có bệnh. Điều này cần phải học.

53. Không thuyết pháp với người quấn áo quanh cổ, trừ phi người ấy có bệnh. Điều này cần phải học.

54. Không thuyết pháp với người che trùm đầu, trừ phi người ấy có bệnh. Điều này cần phải học.

55. Không thuyết pháp với người quấn khăn kín đầu,[2] trừ phi người ấy có bệnh. Điều này cần phải học.

---

[1] Từ điều 26 đến điều này là cung cách của vị tỳ-kheo phải giữ trong khi ăn uống.

[2] Quấn khăn che kín không thấy tóc.

56. Không thuyết pháp với người đứng chống tay vào hông, trừ phi người ấy có bệnh. Điều này cần phải học.

57. Không thuyết pháp với người mang dép da, trừ phi người ấy có bệnh. Điều này cần phải học.

58. Không thuyết pháp với người đi guốc gỗ, trừ phi người ấy có bệnh. Điều này cần phải học.

59. Không thuyết pháp với người đang cưỡi ngựa, ngồi xe, trừ phi người ấy có bệnh. Điều này cần phải học.[1]

60. Không được ngủ nghỉ trong tháp thờ Phật, trừ khi đang làm nhiệm vụ canh giữ. Điều này cần phải học.

61. Không được cất giữ tiền bạc, vật quý giá trong tháp thờ Phật, trừ khi là vì để cho được bền chắc. Điều này cần phải học.

62. Không được mang giày, dép da đi vào tháp thờ Phật. Điều này cần phải học.

63. Không được cầm giày, dép da trên tay đi vào tháp thờ Phật. Điều này cần phải học.

64. Không được mang giày, dép da đi nhiễu quanh tháp thờ Phật. Điều này cần phải học.

65. Không được mang hài phú-la[2] đi vào tháp thờ Phật. Điều này cần phải học.

66. Không được cầm hài phú-la trên tay đi vào tháp thờ Phật. Điều này cần phải học.

67. Không được ngồi ăn bên dưới tháp thờ Phật, trải

---

[1] Từ điều 52 đến điều 59 quy định chỉ thuyết pháp cho những người có tâm cung kính lắng nghe. Với những ai có thái độ bất kính thì không được thuyết pháp, trừ ra những trường hợp do bệnh tật mà thiếu hình thức cung kính chứ không phải có tâm bất kính.

[2] Phú-la (pula), cũng đọc là phúc-la hay bố-la (para), là một loại hài thấp, đẹp, mang để trang sức.

cỏ[1] và bỏ thức ăn thừa làm dơ đất. Điều này cần phải học.

68. Không được khiêng xác người chết đi ngang qua bên dưới tháp thờ Phật. Điều này cần phải học.

69. Không được chôn xác người chết bên dưới tháp thờ Phật. Điều này cần phải học.

70. Không được thiêu xác người chết bên dưới tháp thờ Phật. Điều này cần phải học.

71. Không được quay về hướng tháp thờ Phật mà thiêu xác người chết. Điều này cần phải học.

72. Không được thiêu xác người chết ở gần chung quanh tháp thờ Phật, khiến cho mùi hôi bay vào trong tháp. Điều này cần phải học.

73. Không được mang các vật dụng của người chết như y phục, giường nằm... đi ngang qua bên dưới tháp Phật, trừ khi đã giặt sạch, nhuộm lại và xông ướp hương. Điều này cần phải học.

74. Không được đại, tiểu tiện bên dưới tháp thờ Phật. Điều này cần phải học.

75. Không được quay về hướng tháp thờ Phật mà đại, tiểu tiện. Điều này cần phải học.

76. Không được ở quanh bốn phía tháp thờ Phật mà đại, tiểu tiện, khiến cho mùi hôi bay vào trong tháp. Điều này cần phải học.

77. Không được mang theo tượng Phật đến chỗ đại, tiểu tiện. Điều này cần phải học.

78. Không được xỉa răng, chải răng, súc miệng bên dưới tháp thờ Phật. Điều này cần phải học.

---

[1] Khi ngồi ăn, tỳ-kheo thường lấy cỏ trải nơi chỗ ngồi. Khi đi để cỏ lại làm dơ nơi tháp Phật.

79. Không được quay về hướng tháp thờ Phật mà xỉa răng, chải răng, súc miệng. Điều này cần phải học.

80. Không được đi quanh tháp Phật mà xỉa răng, chải răng, súc miệng. Điều này cần phải học.

81. Không được ở bên dưới tháp thờ Phật mà khạc nhổ. Điều này cần phải học.

82. Không được quay về hướng tháp Phật mà khạc nhổ. Điều này cần phải học.

83. Không được ở quanh bốn phía tháp thờ Phật mà khạc nhổ. Điều này cần phải học.

84. Không được ngồi duỗi chân hướng về phía tháp thờ Phật. Điều này cần phải học.

85. Không được thờ tượng Phật ở phòng dưới còn mình ở phòng trên. Điều này cần phải học.

86. Không đứng mà thuyết pháp với người ngồi, trừ phi người ấy có bệnh. Điều này cần phải học.

87. Không ngồi mà thuyết pháp với người nằm, trừ phi người ấy có bệnh. Điều này cần phải học.

88. Khi không ngồi trên tòa[1] không thuyết pháp với người ngồi trên tòa, trừ phi người ấy có bệnh. Điều này cần phải học.

89. Khi ngồi nơi chỗ thấp không thuyết pháp với người ngồi ở chỗ cao, trừ phi người ấy có bệnh. Điều này cần phải học.

90. Khi đi phía sau không thuyết pháp với người đi trước, trừ phi người ấy có bệnh. Điều này cần phải học.

91. Khi đang đi kinh hành dưới thấp không thuyết pháp với người đi kinh hành trên cao, trừ phi người ấy có bệnh. Điều này cần phải học.

---

[1] Tòa: chỗ ngồi cao, trang trọng dành cho người nói pháp, có thể hiểu là bục giảng, diễn đàn trước đám đông.

92. Khi đang đứng bên lề đường không thuyết pháp với người đứng giữa đường, trừ phi người ấy có bệnh. Điều này cần phải học.

93. Khi đi đường không được nắm tay người khác mà đi. Điều này cần phải học.

94. Không được leo lên cây cao quá đầu người, trừ khi có nhân duyên thích hợp. Điều này cần phải học.

95. Không được để bình bát trong túi vải, buộc vào đầu gậy quẩy trên vai mà đi. Điều này cần phải học.

96. Không thuyết pháp với người cầm gậy, chẳng có lòng cung kính, trừ phi người ấy có bệnh. Điều này cần phải học.

97. Không thuyết pháp với người cầm gươm, trừ phi người ấy có bệnh. Điều này cần phải học.

98. Không thuyết pháp với người cầm giáo, trừ phi người ấy có bệnh. Điều này cần phải học.

99. Không thuyết pháp với người cầm đao, trừ phi người ấy có bệnh. Điều này cần phải học.

100. Không thuyết pháp với người đang cầm dù che, trừ phi người ấy có bệnh. Điều này cần phải học.

- *Kính bạch chư đại đức. Tôi đã thuyết xong một trăm pháp thức-xoa-ca-la-ni, xin hỏi chư đại đức, trong chúng tăng đây có được thanh tịnh hay chăng?*

Người thuyết giới lặp lại câu hỏi này ba lần. Nếu có ai nhớ ra mình đã phạm vào các giới này thì phải tự nhận. Nếu không thì tất cả đều yên lặng.

- *Kính bạch chư đại đức, vì các vị đều lặng yên, nên xem như trong chúng tăng đây hết thảy đều thanh tịnh. Việc này xin được hiểu như vậy.*

IX. BẢY PHÁP DỨT SỰ TRANH CÃI

- *Kính bạch chư đại đức tăng. Bảy pháp dùng để dứt sự tranh cãi này,[1] nửa tháng phải tụng đọc lại một lần, được rút từ trong Giới kinh ra.*

Nếu có sự tranh cãi khởi lên, tỳ-kheo nên lập tức theo đúng pháp mà dứt trừ.

1. Nếu là việc tranh cãi nên dùng pháp Hiện tiền tỳ-ni mà dứt đi, thì nên dùng pháp Hiện tiền tỳ-ni.[2]
2. Nếu là việc tranh cãi nên dùng pháp Ức niệm tỳ-ni mà dứt đi, thì nên dùng pháp Ức niệm tỳ-ni.[3]
3. Nếu là việc tranh cãi nên dùng pháp Bất si tỳ-ni mà dứt đi, thì nên dùng pháp Bất si tỳ-ni.[4]
4. Nếu là việc tranh cãi nên để cho tự nhận lỗi mà dứt đi, thì nên cho tự nhận lỗi mà dứt đi.[5]
5. Nếu là việc tranh cãi phải tìm ra tội tướng, thì nên tìm ra tội tướng.[6]

---

[1] Khi có sự bất hòa hoặc tranh chấp giữa các tỳ-kheo, cần phải tuân theo bảy pháp này để dứt sự tranh cãi. Nếu không tuân theo các pháp này tức là phạm giới.

[2] Theo pháp này tức là nhờ vào tăng chúng hiện tại đối trước hai bên tranh chấp, dẫn giảng giới pháp cho nghe để chấm dứt sự tranh cãi. Theo phép này, không được vắng mặt các bên liên quan.

[3] Khi người bị cáo buộc phạm tội thật không có tội, dù bị cật vấn nhiều lần cũng không hề nhớ ra là mình có phạm tội. Trong trường hợp này, nên làm phép Ức niệm tỳ-ni, nghĩa là chúng tăng cùng nhận rằng tội ấy không nên nêu ra nữa, cũng không nên nhớ nghĩ đến. Vì thế mà gọi là Ức niệm tỳ-ni.

[4] Khi người bị cáo buộc phạm tội thực sự không biết làm như thế là phạm tội. Không biết có nhiều nguyên nhân, như hoàn toàn vô tình, do bệnh tâm thần, do trong lúc hoảng loạn mê sảng, hoặc do ngu si không biết... Trong trường hợp này, nên làm phép Bất si tỳ-ni, chấm dứt việc tranh cãi.

[5] Người có lỗi tự nói ra tội danh đã phạm để sám hối. Theo phép này thì phải để người phạm tội tự thú nhận, chúng tăng không được ép buộc.

[6] Khi người phạm tội trước nhận tội, nhưng sau đó lại che giấu không nhận.

6. Nếu là việc tranh cãi cần có nhiều người phân giải, thì nên để cho nhiều người phân giải.¹

7. Nếu là việc tranh cãi nên làm pháp sám hối chung, khỏa lấp đi như cỏ che mặt đất, thì nên theo cách ấy mà dứt đi.²

- Kính bạch chư đại đức. Tôi đã thuyết xong bảy pháp dứt sự tranh cãi, xin hỏi chư đại đức, trong chúng tăng đây có được thanh tịnh hay chăng?

Người thuyết giới lặp lại câu hỏi này ba lần. Nếu có ai nhớ ra mình đã phạm vào các giới này thì phải tự nhận. Nếu không thì tất cả đều yên lặng.

- Kính bạch chư đại đức, vì các vị đều lặng yên, nên xem như trong chúng tăng đây hết thảy đều thanh tịnh. Việc này xin được hiểu như vậy.

***

- Kính bạch chư đại đức. Tôi đã thuyết xong phần mở đầu của Giới kinh, bốn pháp ba-la-di, mười ba pháp tăng-già bà-thi-sa, hai pháp không xác định, ba mươi pháp ni-tát-kỳ ba-dật-đề, chín mươi pháp ba-dật-đề, bốn pháp ba-la-đề đề-xá-ni, một trăm pháp cần phải học, bảy pháp dứt sự tranh cãi.

Chúng tăng tác pháp yết-ma mà tìm tội tướng cho người ấy.

[1] Nghĩa là cần có nhiều người, nhất là các bậc thiện tri thức trong chúng tăng để giảng giải, thuyết phục, dùng mọi phương tiện mà chấm dứt sự tranh cãi. Trong trường hợp này thường dựa theo ý kiến biểu quyết của đa số.

[2] Khi việc tranh cãi không quan trọng lắm và liên quan đến quá nhiều người, vì thế mà kéo dài tạo sự bất ổn trong tăng chúng. Trong trường hợp này có thể họp nhau lấy ý kiến chung, xin được sám hối chung, không tra xét, chất vấn từng việc nữa. Nếu tăng chúng đồng thuận, sẽ làm phép sám hối gọi là "như cỏ che đất" rồi chấm dứt sự tranh cãi, không ai được nhắc lại nữa.

Những pháp này là do chính đức Phật thuyết dạy, được rút từ trong Giới kinh ra, nửa tháng phải tụng đọc lại một lần. Ngoài ra còn có những pháp khác cũng do Phật thuyết, đều hòa hợp cùng nhau, chúng ta nên học tập.

X. LỜI DẠY CỦA CHƯ PHẬT

Đức Phật Tỳ-bà-thi có thuyết kệ dạy Giới kinh rằng:

Nhẫn nhục là hạnh đứng đầu,
Vô vi Phật dạy không gì vượt hơn.
Xuất gia nếu não hại người,
Kẻ ấy không xứng dự hàng sa-môn.

Đức Phật Thi-khí có thuyết kệ dạy Giới kinh rằng:

Như người mắt sáng,
Khéo tránh đường hiểm.
Người trí thông minh,
Lìa xa việc ác.

Đức Phật Tỳ-xá-phù có thuyết kệ dạy Giới kinh rằng:

Không hủy báng, đố kỵ,
Thường làm theo giới luật.
Ăn uống có tiết độ,
Thường ở nơi thanh vắng.
Tâm an định, tinh tấn,
Chính lời chư Phật dạy.

Đức Phật Câu-lưu-tôn có thuyết kệ dạy Giới kinh rằng:

Như ong kia lấy mật,
Không hại sắc hương hoa,
Được mật liền bay xa...
Tỳ kheo sống giữa chúng,
Chẳng quan tâm việc người,

*Dù làm, hoặc chẳng làm...*¹
Chỉ tự xét việc mình,
*Thuận chánh hay bất chánh.*²

Đức Phật Câu-na-hàm Mâu-ni có thuyết kệ dạy Giới kinh rằng:

Không buông tâm phóng túng,
Thường siêng học Chánh đạo.
Như vậy, không lo sầu,
Định tâm, vào Niết-bàn.

Đức Phật Ca-diếp có thuyết kệ dạy Giới kinh rằng:

Không làm các điều ác,
Vâng theo mọi hạnh lành.
Tự thanh tịnh tâm ý,
Chính lời chư Phật dạy.

Đức Phật Thích-ca Mâu-ni có thuyết kệ dạy Giới kinh rằng:

Khéo giữ gìn lời nói,
Tự lắng tâm ý sạch,
Thân không làm điều ác,
Ba nghiệp đều thanh tịnh.
Đạt hạnh lành như thế,
Là theo đường chư Phật.

Đức Phật Thích-ca Mâu-ni trong mười hai năm vì chúng tăng mà thuyết Giới kinh này. Từ đó về sau phân biệt thuyết rộng ra. Các vị tỳ-kheo tự lấy đó làm niềm vui đúng pháp

---

[1] Không để tâm xoi mói người khác, có làm điều này hoặc không làm điều kia...

[2] Luôn tự xét việc làm của mình đã đúng theo Chánh pháp hay chưa.

của bậc sa-môn. Những người có đức hổ thẹn,[1] ưa muốn học giới, nên theo đó mà học tập.

XI. BÀI KỆ KẾT THÚC LỄ TỤNG GIỚI

Người trí hộ trì giới,
Thường được ba nguồn vui:
Danh thơm và lợi dưỡng,
Đời sau hưởng phước lạc.[2]

Nên quán xét như thế,
Người trí cần giữ Giới.
Giới tịnh sanh trí tuệ,
Liền được đạo Vô thượng.
Như chư Phật quá khứ,
Cùng chư Phật tương lai,
Và chư Phật hiện tại,
Diệt hết mọi ưu sầu,
Đều một lòng kính Giới,
Pháp chư Phật như vậy.

Như người vì tự thân,
Muốn cầu được Phật đạo,
Nên tôn trọng chánh pháp,
Chư Phật dạy như vậy.

Bảy đức Phật Thế Tôn,
Diệt trừ muôn phiền não,
Thuyết dạy Giới kinh này,

---

[1] Nguyên văn là "tàm" và "quý". Tàm là tự biết thẹn về việc làm sai trái của mình, không cần phải có ai biết đến. Quý là xấu hổ với người khác khi họ biết được việc sai trái đã làm của mình. Người có đủ 2 đức tàm và quý thì mới ngăn ngừa được mọi điều xấu ác. Có quý mà không tàm sẽ sanh ra mưu mẹo, gian hiểm, để che giấu việc xấu của mình.

[2] Nguyên văn là sanh lên cõi trời.

Ràng buộc được cắt đứt.
Nhập vào cõi Niết-bàn,
Vĩnh viễn đạt chân thật.

Đức Thế Tôn thuyết Giới,
Chư thánh hiền xưng tụng.
Hàng đệ tử thọ trì,
Đều được đến giải thoát.

Thế Tôn sắp tịch diệt,
Khởi tâm đại từ bi,
Hội đủ chúng tỳ-kheo,
Truyền trao Giới như vậy.

Sau khi Phật tịch diệt,
Phải giữ hạnh trong sạch.
Phật nay thuyết Giới kinh,
Cùng các pháp đối trị.
Tuy Phật nhập Niết-bàn,
Nên xem Giới như Phật.

Giới truyền giữ bền lâu,
Phật pháp được hưng thạnh.
Do Phật pháp hưng thạnh,
Người người được Niết-bàn.

Nếu không giữ giới luật,
Không theo pháp bố-tát.[1]
Như khi mặt trời lặn,
Thế gian đều u ám.

---

[1] Pháp bố-tát (Phạn: Uposatha), cũng đọc theo nhiều âm khác như bố-sa-tha, bố-sái-tha, bố-tát-đà-bà. Hán dịch là tịnh trụ hoặc trưởng dưỡng, cũng dịch rộng nghĩa hơn là đoạn ác trưởng thiện. Đây là nghi thức tụng giới mỗi tháng hai lần. Chính trong khi tụng giới, chúng tăng cũng nhắc nhở những vị hủy phạm giới luật, giữ cho trong chúng tăng luôn luôn được trong sạch.

Nên gìn giữ giới luật,
Như ngọn đèn sáng nhất.
Chúng tăng cùng tề tựu,
Một lòng nghe Phật thuyết.

Nay thuyết giới đã xong,
Lễ bố-tát hoàn mãn.
Chúng tăng tụng Giới kinh,
Nguyện hết thảy công đức,
Hồi hướng về chúng sanh,
Đều trọn thành Phật đạo.

PHẦN HÁN VĂN

四分律比丘戒本
Tứ phần luật tỳ-kheo giới bổn

後秦三藏佛陀耶舍譯

Hậu Tần Tam Tạng Phật-đà-da-xá dịch

稽首禮諸佛
及法比丘僧
今演毘尼法
令正法久住

Khể thủ lễ chư Phật,
Cập Pháp, tỳ-kheo Tăng.
Kim diễn tỳ-ni pháp,
Linh chánh pháp cửu trụ.

戒如海無涯
如寶求無厭
欲護聖法財
眾集聽我說

Giới như hải vô nhai,
Như bảo cầu vô yểm,
Dục hộ thánh pháp tài,
Chúng tập thính ngã thuyết.

欲除四棄法
及滅僧殘法

障三十捨墮
眾集聽我說

    Dục trừ tứ khí pháp,
    Cập diệt tăng tàn pháp.
    Chướng tam thập xả đọa,
    Chúng tập thính ngã thuyết.

毘婆尸尸棄
毘舍拘留孫
拘那含牟尼
迦葉釋迦文

    Tỳ-bà-thi Thi-khí
    Tỳ-xá Câu-lưu-tôn,
    Câu-na-hàm Mâu-ni,
    Ca-diếp Thích-ca văn.

諸世尊大德
為我說是事
我今欲善說
諸賢咸共聽

    Chư Thế Tôn đại đức,
    Vị ngã thuyết thị sự.
    Ngã kim dục thiện thuyết,
    Chư hiền hàm cộng thính.

譬如人毀足
不堪有所涉
毀戒亦如是
不得生天人

    Thí như nhân hủy túc,
    Bất kham hữu sở thiệp.

Hủy giới diệc như thị,
Bất đắc sanh thiên nhân.

欲得生天上
若生人中者
常當護戒足
勿令有毀損

Dục đắc sanh thiên thượng,
Nhược sanh nhân trung giả.
Thường đương hộ giới túc,
Vật linh hữu hủy tổn.

如御入險道
失轄折軸憂
毀戒亦如是
死時懷恐懼

Như ngự nhập hiểm đạo,
Thất hạt chiết trục ưu.
Hủy giới diệc như thị.
Tử thời hoài khủng cụ,

如人自照鏡
好醜生欣慼
說戒亦如是
全毀生憂喜

Như nhân tự chiếu kính,
Hảo xú sanh hân thích.
Thuyết giới diệc như thị,
Toàn hủy sanh ưu hỷ,

如兩陣共戰
勇怯有進退

說戒亦如是
淨穢生安畏

> Như lưỡng trận cộng chiến,
> Dũng khiếp hữu tấn thối.
> Thuyết giới diệc như thị,
> Tịnh uế sanh an úy.

世間王為最
眾流海為最
眾星月為最
眾聖佛為最

> Thế gian vương vi tối,
> Chúng lưu hải vi tối.
> Chúng tinh nguyệt vi tối,
> Chúng thánh Phật vi tối.

一切眾律中
戒經為上最
如來立禁戒
半月半月說

> Nhất thiết chúng luật trung,
> Giới kinh vi thượng tối.
> Như Lai lập cấm giới,
> Bán nguyệt bán nguyệt thuyết.

僧集不。(答云。僧已集。)

> Tăng tập phủ? (Đáp vân: Tăng dĩ tập.)

和合不。(答云。和合。)

> Hòa hiệp phủ? (Đáp vân: Hòa hiệp.)

未受具戒者，出。

Vị thọ cụ giới giả, xuất.

(有者，即遣出。答云。未受具戒者已出。若無，即云。此眾無未受具戒者。)

(Hữu giả, tức khiển xuất. Đáp vân: Vị thọ cụ giới giả dĩ xuất. Nhược vô, tức vân: Thử chúng vô vị thọ cụ giới giả.)

不來諸比丘。說欲及清淨。

Bất lai chư tỳ-kheo, thuyết dục cập thanh tịnh.

(若有人說欲，即云。說欲及清淨已。若無人傳欲，即云。此眾無說欲及清淨者。)

(Nhược hữu nhân thuyết dục, tức vân: Thuyết dục cập thanh tịnh dĩ. Nhược vô nhân truyền dục, tức vân: Thử chúng vô thuyết dục cập thanh tịnh giả.)

誰遣比丘尼來請教誡。

Thùy khiển tỳ-kheo ni lai thỉnh giáo giới.

(有受尼囑者。為說訖答言。請教誡。若無即云。此眾無尼來請教誡。)

(Hữu thọ ni chúc giả, vị thuyết ngật đáp ngôn: Thỉnh giáo giới. Nhược vô tức vân: Thử chúng vô ni lai thỉnh giáo giới.)

僧今和合何所作為。

Tăng kim hòa hiệp, hà sở tác vi?

(答云。說戒羯磨。)

(Đáp vân: Thuyết giới yết-ma.)

大德僧聽。今白月十五日（或黑月十五日，或十四日，不定），眾僧說戒。若僧時到，僧忍聽。和合說戒。白如是。作白成不。

Đại đức tăng thính. Kim bạch nguyệt thập ngũ nhật (hoặc hắc nguyệt thập ngũ nhật, hoặc thập tứ nhật, bất định), chúng tăng thuyết giới. Nhược tăng thời đáo, tăng nhận thính, hòa hiệp thuyết giới, bạch như thị. Tác bạch thành phủ?

(若成，答云。成。若不成，答云。不成。)

(Nhược thành đáp vân: Thành. Nhược bất thành đáp vân: Bất thành.)

戒經序

Giới kinh tự

諸大德。我今欲說波羅提木叉戒汝等諦聽善思念之。若自知有犯者。即應自懺悔不犯者默然。默然者，知諸大德清淨。若有他問者，亦如是答。

Chư đại đức. Ngã kim dục thuyết ba-la-đề-mộc-xoa giới, nhữ đẳng đế thính thiện tư niệm chi. Nhược tự tri hữu phạm giả, tức ưng tự sám hối. Bất phạm giả, mặc nhiên. Mặc nhiên giả, tri chư đại đức thanh tịnh. Nhược hữu tha vấn giả, diệc như thị đáp.

如是比丘在眾中乃至三問。憶念有罪而不懺悔者。得故妄語罪。故妄語者。佛說障道法。若彼比丘憶念有罪。欲求清淨者，應懺悔。懺悔得安樂。

Như thị tỳ-kheo tại chúng trung, nãi chí tam vấn. Ức niệm hữu tội, nhi bất sám hối giả, đắc cố vọng ngữ tội. Cố vọng ngữ giả, Phật thuyết chướng đạo pháp. Nhược bỉ tỳ-kheo ức niệm hữu tội, dục cầu thanh tịnh giả, ưng sám hối. Sám hối đắc an lạc.

諸大德。我已說戒經序。今問諸大德。是中清淨不。

Chư đại đức, ngã dĩ thuyết giới kinh tự. Kim vấn chư đại đức. Thị trung thanh tịnh phủ?

（第二，第三亦如是說。）

(Đệ nhị, đệ tam diệc như thị thuyết.)

諸大德。是中清淨。默然故。是事如是持。

Chư đại đức, thị trung thanh tịnh mặc nhiên cố. Thị sự như thị trì.

四波羅夷法
Tứ ba-la-di pháp

諸大德。是四波羅夷法。半月半月說戒經中來。

Chư đại đức, thị tứ ba-la-di pháp, bán nguyệt bán nguyệt thuyết, Giới kinh trung lai.

婬戒第一

若比丘共比丘同戒，不捨戒，戒羸不自悔。犯不淨行。乃至共畜生。是比丘波羅夷，不共住。

Dâm giới đệ nhất

Nhược tỳ-kheo, cộng tỳ-kheo đồng giới, bất xả giới, giới ly bất tự hối, phạm bất tịnh hạnh, nãi chí cộng súc sanh, thị tỳ-kheo ba-la-di, bất cộng trụ.

盜戒第二

若比丘。若在村落。若閑靜處。不與物盜心取。隨不與取法，若為王，王大臣所捉，若殺，若縛，若驅出國。汝是賊，汝癡，汝無所知。是比丘波羅夷，不共住。

Đạo giới đệ nhị

Nhược tỳ-kheo, nhược tại thôn lạc, nhược nhàn tịnh xứ, bất dữ vật đạo tâm thủ, tùy bất dữ thủ pháp, nhược vị vương, vương đại thần sở tróc, nhược sát, nhược phược, nhược khu xuất quốc, nhữ thị tặc, nhữ si, nhữ vô sở tri. Thị tỳ-kheo ba-la-di, bất cộng trụ.

殺人戒第三

若比丘。故自手斷人命。持刀授與人，歎譽死，快勸死，咄，男子，用此惡活為，寧死不生。作如思惟種種方便，歎譽死，快勸死。是比丘波羅夷，不共住。

Sát nhân giới đệ tam

Nhược tỳ-kheo, cố tự thủ đoạn nhân mạng, trì đao thọ dữ nhân, thán dự tử, khoái khuyến tử, đốt, nam tử, dụng thử ác hoạt vi, ninh tử bất sanh, tác như tư duy, chủng chủng phương tiện, thán dự tử, khoái khuyến tử. Thị tỳ-kheo ba-la-di, bất cộng trụ.

大妄語戒第四

若比丘。實無所知。自稱言。我得上人法。我已入聖智勝法。我知是，我見是。彼於異時。若問若不問。欲自清淨故。作是說。我實不知不見。言知言見，虛誑妄語。除增上慢。是比丘波羅夷，不共住。

Đại vọng ngữ giới đệ tứ

Nhược tỳ-kheo, thật vô sở tri, tự xưng ngôn ngã đắc thượng nhân pháp, ngã dĩ nhập thánh trí, thắng pháp, ngã tri thị, ngã kiến thị, bỉ ư dị thời, nhược vấn nhược bất vấn, dục tự thanh tịnh cố, tác thị thuyết, ngã thật bất tri bất kiến, ngôn tri ngôn kiến, hư cuống vọng ngữ, trừ tăng thượng mạn, thị tỳ-kheo ba-la-di, bất cộng trụ.

諸大德。我已說四波羅夷法。若比丘犯一一波羅夷法。不得與諸比丘共住如前，後犯亦爾。是比丘得波羅夷罪不應共。住今問諸大德。是中清淨不。

Chư đại đức, ngã dĩ thuyết tứ ba-la-di pháp. Nhược tỳ-kheo, phạm nhất nhất ba-la-di pháp, bất đắc dữ chư tỳ-kheo cộng trụ như tiền, hậu phạm diệc nhĩ.

Thị tỳ-kheo đắc ba-la-di tội, bất ưng cộng trụ. Kim vấn chư đại đức, thị trung thanh tịnh phủ?

(第二，第三亦如是說。)

(Đệ nhị, đệ tam diệc như thị thuyết.)

諸大德。是中清淨。默然故。是事如是持。

Chư đại đức, thị trung thanh tịnh, mặc nhiên cố. Thị sự như thị trì.

十三僧伽婆尸沙法
Thập tam tăng-già bà-thi-sa pháp

諸大德。是十三僧伽婆尸沙法，半月半月說，戒經中來。

Chư đại đức, thị thập tam tăng-già bà-thi-sa pháp, bán nguyệt bán nguyệt thuyết, Giới kinh trung lai.

故失精戒第一

若比丘故弄陰失精。除夢中僧伽婆尸沙。

Cố thất tinh giới đệ nhất

Nhược tỳ-kheo, cố lộng âm thất tinh, trừ mộng trung, tăng-già bà-thi-sa.

摩觸女人戒第二

若比丘婬欲意。與女人身相觸。若捉手，若捉髮，若觸一一身分者。僧伽婆尸沙。

Ma xúc nữ nhân giới đệ nhị

Nhược tỳ-kheo, dâm dục ý, dữ nữ nhân tương xúc,

nhược tróc thủ, nhược tróc phát, nhược xúc nhất nhất thân phần giả, tăng-già bà-thi-sa.

與女人麤語戒第三

若比丘婬欲意。與女人麤惡婬欲語者。僧伽婆尸沙。

Dữ nữ nhân thô ngữ giới đệ tam

Nhược tỳ-kheo, dâm dục ý, dữ nữ nhân thô ác dâm dục ngữ giả, tăng-già bà-thi-sa.

向女歎身索供我戒第四

若比丘婬欲意。於女人前自歎身言。大妹。我修梵行持戒。精進修善法。可持是婬欲法供養我。如是供養第一最。僧伽婆尸沙。

Hướng nữ thán thân sách cúng ngã giới đệ tứ

Nhược tỳ-kheo, dâm dục ý, ư nữ nhân tiền tự thán thân ngôn: Đại muội, ngã tu phạm hạnh trì giới, tinh tấn tu thiện pháp, khả trì thị dâm dục pháp cúng dường ngã, như thị cúng dường đệ nhất tối, tăng-già bà-thi-sa.

媒人戒第五

若比丘。往來彼此媒嫁。持男意語女。持女意語男。若為成婦事。及為私通事。乃至須臾頃。僧伽婆尸沙。

Môi nhân giới đệ ngũ

Nhược tỳ-kheo, vãng lai bỉ thử môi giá, trì nam ý ngữ

nữ, trì nữ ý ngứ nam, nhược vi thành phụ sự, cập vi tư thông sự, nãi chí tu du khoảnh, tăng-già bà-thi-sa.

無主僧不處分過量房戒第六

若比丘。自求作屋。無主自為己。當應量作。是中量者。長佛十二磔手。內廣七磔手。當將餘比丘指授處所。彼比丘當指示處所。無難處無妨處。若比丘有難處妨處。自求作屋。無主自為己。不將餘比丘指授處所。若過量作者。僧伽婆尸沙。

Vô chủ tăng bất xứ phần quá lượng phòng giới đệ lục

Nhược tỳ-kheo, tự cầu tác ốc, vô chủ tự vi kỷ, ưng đương lượng tác, thị trung lượng giả, trường Phật thập nhị trách thủ, nội quảng thất trách thủ, đương tương dư tỳ-kheo chỉ thọ xứ sở. Bỉ tỳ-kheo đương chỉ thọ xứ sở, vô nạn xứ, vô phường xứ. Nhược tỳ-kheo, hữu nạn xứ, phường xứ, tự cầu tác ốc, vô chủ tự vi kỷ, bất tương dư tỳ-kheo chỉ thọ xứ sở, nhược quá lượng tác giả, tăng-già bà-thi-sa.

有主僧不處分房戒第七

若比丘，欲作大房。有主為己作。當將餘比丘往指授處所。彼比丘應指授處所。無難處無妨處。若比丘有難處妨處作大房。有主為己作。不將餘比丘指授處所者。僧伽婆尸沙。

Hữu chủ tăng bất xứ phần phòng giới đệ thất

Nhược tỳ-kheo, dục tác đại phòng, hữu chủ vị kỷ tác,

đương tương dư tỳ-kheo vãng chỉ thọ xứ sở, bỉ tỳ-kheo ưng chỉ thọ xứ sở, vô nạn xứ, vô phường xứ. Nhược tỳ-kheo, hữu nan xứ, phường xứ tác đại phòng, hữu chủ vị kỷ tác, bất tương dư tỳ-kheo chỉ thọ xứ sở giả, tăng-già bà-thi-sa.

無根謗他重罪戒第八

若比丘瞋恚所覆故。非波羅夷比丘。以無根波羅夷法謗。欲壞彼清淨行。彼於異時。若問若不問。知此事無根說。我瞋恚故作是語。若比丘作是語者。僧伽婆尸沙。

Vô căn báng tha trọng tội giới đệ bát

Nhược tỳ-kheo, sân nhuế sở phú cố, phi ba-la-di tỳ-kheo, dĩ vô căn ba-la-di pháp báng, dục hoại bỉ thanh tịnh hạnh, bỉ ư dị thời, nhược vấn nhược bất vấn, tri thử sự vô căn thuyết: Ngã sân nhuế cố tác thị ngữ, nhược tỳ kheo tác thị ngữ giả, tăng-già bà-thi-sa.

假根謗戒第九

若比丘以瞋恚故。於異分事中取片。非波羅夷比丘。以無根波羅夷法謗。欲壞彼清淨行。彼於異時。若問若不問，知是異分事中取片。是比丘自言。我瞋恚故。作是語者，僧伽婆尸沙。

Giả căn báng giới đệ cửu

Nhược tỳ-kheo, dĩ sân nhuế cố ư dị phần sự trung thủ phiến, phi ba-la-di tỳ-kheo, nhược vô căn ba-la-di pháp báng, dục hoại bỉ thanh tịnh hạnh, bỉ ư dị thời nhược vấn nhược bất vấn, tri thị dị phần, sự trung thủ phiến, thị tỳ-kheo tự ngôn: Ngã sân nhuế cố tác thị ngữ. Tác thị ngữ giả, tăng-già bà-thi-sa.

破僧違諫戒第十

若比丘欲壞和合僧。方便受壞和合僧法。堅持不捨。彼比丘應諫是比丘言。大德。莫壞和合僧。莫方便壞和合僧。莫受壞僧法，堅持不捨。大德。應與僧和合歡喜不諍。同一師學如水乳合。於佛法中。有增益安樂住。是比丘如是諫時堅持不捨。彼比丘應三諫。捨此事故。乃至三諫，捨者善，不捨者，僧伽婆尸沙。

Phá tăng vi gián giới đệ thập

> Nhược tỳ-kheo, dục hoại hòa hiệp tăng, phương tiện thọ hoại hòa hiệp tăng pháp, kiên trì bất xả. Bỉ tỳ-kheo ưng gián thị tỳ-kheo ngôn: Đại đức, mạc hoại hòa hiệp tăng, mạc phương tiện hoại hòa hiệp tăng. Mạc thọ hoại tăng pháp, kiên trì bất xả, đại đức ưng dữ tăng hòa hiệp hoan hỷ bất tranh, đồng nhất sư học, như thủy nhũ hiệp, ư Phật pháp trung hữu tăng ích an lạc trụ. Thị tỳ-kheo như thị gián thời kiên trì bất xả. Bỉ tỳ-kheo ưng tam gián, xả thử sự cố, nãi chí tam gián, xả giả thiện, bất xả giả tăng-già bà-thi-sa.

助破僧違諫戒第十一

若比丘有餘伴黨。若一，若二，若三，乃至無數。彼比丘語是比丘言。大德。莫諫此比丘。此比丘是法語，律語比丘。此比丘所說我等喜樂，我等忍可。

Giới luật Tỳ-kheo

Trợ phá tăng vi gián giới đệ thập nhất

Nhược tỳ-kheo, hữu dư bạn đẳng, nhược nhất, nhược nhị, nhược tam, nãi chí vô số. Bỉ tỳ-kheo ngứ thị tỳ-kheo ngôn: Đại đức, mạc gián thử tỳ-kheo. Thử tỳ-kheo thị pháp ngữ, luật ngữ tỳ-kheo, thử tỳ-kheo sở thuyết ngã đẳng hỷ lạc, ngã đẳng nhận khả.

彼比丘應諫是比丘言。大德。莫作是語，言此比丘是法語律語比丘。此比丘所說我等喜樂，我等忍可。

Bỉ tỳ-kheo ưng gián thị tỳ-kheo ngôn: Đại đức, mạc tác thị ngữ ngôn. Thử tỳ-kheo thị pháp ngữ, luật ngữ tỳ-kheo, thử tỳ-kheo sở thuyết ngã đẳng hỷ lạc, ngã đẳng nhận khả.

然此比丘。非法語律語比丘。大德。莫欲破壞和合僧。汝等當樂欲和合僧。大德。應與僧和合歡喜不諍。同一師學，如水乳合。於佛法中。有增益安樂住。是比丘如是諫時堅持不捨。彼比丘應三諫。捨此事故。乃至三諫捨者善。不捨者僧伽婆尸沙。

Nhiên thử tỳ-kheo phi pháp ngữ, luật ngữ tỳ-kheo. Đại đức, mạc dục phá hoại hòa hiệp tăng, nhữ đẳng đương nhạo dục hòa hiệp tăng. Đại đức, ưng dữ tăng hòa hiệp, hoan hỷ bất tranh, đồng nhất sư học, như thủy nhũ hiệp, ư Phật pháp trung hữu tăng ích an lạc trụ, thị tỳ-kheo như thị gián thời kiên trì bất xả, bỉ tỳ-kheo ưng tam gián xả thử sự cố. Nãi chí tam gián, xả giả thiện, bất xả giả tăng-già bà-thi-sa.

汙家擯謗違僧諫戒第十二

若比丘。依聚落若城邑住。污他家行惡行。污他家亦見亦聞。行惡行亦見亦聞。諸比丘當語是比丘言。大德。污他家行惡行。污他家亦見亦聞。行惡行亦見亦聞。大德。汝污他家行惡行。今可遠此聚落去。不須住此。

Ô gia tấn báng vi tăng gián giới đệ thập nhị

> *Nhược tỳ-kheo, y tụ lạc, nhược thành ấp trụ, ô tha gia hành ác hạnh, ô tha gia diệc kiến diệc văn, hành ác hạnh diệc kiến diệc văn. Chư tỳ-kheo đương ngứ thị tỳ-kheo ngôn: Đại đức, ô tha gia hành ác hạnh, ô tha gia diệc kiến diệc văn, hành ác hạnh diệc kiến diệc văn. Đại đức, nhữ ô tha gia hành ác hạnh, kim khả viễn thử tụ lạc khứ, bất tu trụ thử.*

是比丘語彼比丘言。大德。今比丘有愛有恚有怖有癡。有如是同罪比丘。有驅者有不驅者。

> *Thị tỳ-kheo ngứ bỉ tỳ-kheo ngôn: Đại đức, kim tỳ-kheo hữu ái hữu nhuế, hữu bố, hữu si, hữu như thị đồng tội tỳ kheo, hữu khu giả hữu bất khu giả.*

諸比丘諫言。大德。莫作是語。言僧有愛有恚有怖有癡。有如是同罪比丘有驅者有不驅者。而諸比丘不愛不恚不怖不癡。大德。污他家行惡行。污他家亦見亦聞。行惡行亦見亦聞。是比丘如是諫時。堅持不捨。彼比丘應三諫。捨此事故乃至三諫，捨者善，不捨者僧伽婆尸沙。

Chư tỳ-kheo gián ngôn: Đại đức, mạc tác thị ngữ. Ngôn tăng hữu ái, hữu nhuế, hữu bố, hữu si, hữu như thị đồng tội tỳ kheo, hữu khu giả, hữu bất khu giả, nhi chư tỳ-kheo bất ái, bất nhuế, bất bố bất si. Đại đức, ô tha gia, hành ác hạnh, ô tha gia diệc kiến diệc văn, hành ác hạnh diệc kiến diệc văn. Thị tỳ-kheo như thị gián thời, kiên trì bất xả. Bỉ tỳ-kheo ưng tam gián xả thử sự cố. Nãi chí tam gián, xả giả thiện, bất xả giả, tăng-già bà-thi-sa.

惡性拒僧違諫戒第十三

若比丘惡性不受人語。於戒法中。諸比丘如法諫已。自身不受諫語言。諸大德。莫向我說若好若惡。我亦不向諸大德說若好若惡。諸大德。且止莫數諫我。

Ác tánh cự tăng vi gián giới đệ thập tam

Nhược tỳ-kheo, ác tánh bất thọ nhân ngữ, ư giới pháp trung, chư tỳ-kheo như pháp gián dĩ, tự thân bất thọ gián, ngứ ngôn: Chư đại đức, mạc hướng ngã thuyết nhược hảo nhược ố, ngã diệc bất hướng chư đại đức thuyết nhược hảo nhược ố. Chư đại đức, thả chỉ. Mạc số gián ngã.

彼比丘應諫是比丘言。大德。莫自身不受諫語。大德。自身當受諫語。大德如法諫諸比丘。諸比丘亦如法諫大德。如是佛弟子眾得增益。展轉相諫。展轉相教。相教懺悔。是比丘如是諫時。堅持不捨。彼比丘應三諫。捨此事故。乃至三諫捨者善。不捨者僧伽婆尸沙。

Bỉ tỳ-kheo ưng gián thị tỳ-kheo ngôn: Đại đức, mạc tự thân bất thọ gián ngữ. Đại đức, tự thân đương thọ gián ngữ. Đại đức như pháp gián chư tỳ-kheo, chư tỳ-kheo diệc như pháp gián đại đức. Như thị Phật đệ tử chúng đắc tăng ích, triển chuyển tương gián, triển chuyển tương giáo, tương giáo sám hối. Thị tỳ-kheo như thị gián thời kiên trì bất xả, bỉ tỳ-kheo ưng tam gián, xả thử sự cố. Nãi chí tam gián, xả giả thiện, bất xả giả, tăng-già bà-thi-sa.

諸大德。我已說十三僧伽婆尸沙法。九戒初犯餘至三諫。若比丘犯一一法。知而覆藏。應強與波利婆沙。行波利婆沙竟。增上與六夜摩那埵。行摩那埵已。應與出罪。當二十人僧中出是比丘罪。若少一人不滿二十眾。是比丘罪不得除。諸比丘亦可呵。此是時。今問諸大德。是中清淨不。

Chư đại đức! Ngã dĩ thuyết thập tam tăng-già bà-thi-sa pháp. Cửu giới sơ phạm, dư chí tam gián, Nhược tỳ-kheo, phạm nhất nhất pháp, tri nhi phú tàng, ưng cưỡng dữ ba-ly-bà-sa, hành ba-ly-bà-sa cánh, tăng thượng dữ lục dạ ma-na-đỏa, hành ma-na-đỏa dĩ, ưng dữ xuất tội, đương nhị thập nhân tăng trung xuất thị tỳ kheo tội. Nhược thiếu nhất nhân bất mãn nhị thập chúng, thị tỳ-kheo tội bất đắc trừ. Chư tỳ-kheo diệc khả ha, thủ thị thời. Kim vấn chư đại đức, thị trung thanh tịnh phủ?

(如是三說。)

(Như thị tam thuyết.)

諸大德。是中清淨。默然故。是事如是持。

> Chư đại đức thị trung thanh tịnh mặc nhiên cố. Thị sự như thị trì.

二不定法
Nhị bất định pháp

諸大德是二不定法。半月半月說，戒經中來。

> Chư đại đức, thị nhị bất định pháp, bán nguyệt bán nguyệt thuyết, Giới kinh trung lai.

屏處不定

若比丘，共女人獨在屏處，覆處，障處，可作婬處坐。說非法語。有住信優婆夷。於三法中，一一法說。若波羅夷，若僧伽婆尸沙，若波逸提。是坐比丘自言。我犯是罪。於三法中應一一治。若波羅夷。若僧伽婆尸沙。若波逸提。如住信優婆夷所說。應如法治是比丘。是名不定法。

Bình xứ bất định

> Nhược tỳ-kheo, cộng nữ nhân độc tại bình xứ, phú xứ, chướng xứ, khả tác dâm xứ tọa, thuyết phi pháp ngữ. Hữu trụ tín ưu-bà-di, ư tam pháp trung, nhất nhất pháp thuyết, nhược ba-la-di, nhược tăng-già bà-thi-sa, nhược ba-dật-đề. Thị tọa tỳ-kheo tự ngôn: Ngã phạm thị tội. Ư tam pháp trung ưng nhất nhất trị, nhược ba-la-di, nhược tăng-già bà-thi-sa, nhược ba-dật-đề, như trụ tín ưu-bà-di sở thuyết, ưng như pháp trị thị tỳ kheo. Thị danh bất định pháp.

露處不定

若比丘共女人在露現處，不可作婬處坐，說麤惡語。有住信優婆夷，於二法中，一一法說。若僧伽婆尸沙，若波逸提。是坐比丘自言。我犯是罪，於二法中，應一一法治。若僧伽婆尸沙，若波逸提，如住信優婆夷所說。應如法治是比丘。是名不定法。

Lộ xứ bất định

> Nhược tỳ-kheo, cộng nữ nhân tại lộ hiện xứ, bất khả tác dâm xứ tọa, thuyết thô ác ngữ. Hữu trụ tín ưu-bà-di, ư nhị pháp trung, nhất nhất pháp thuyết, nhược tăng-già bà-thi-sa, nhược ba-dật-đề. Thị tọa tỳ-kheo tự ngôn: Ngã phạm thị tội. Ư nhị pháp trung, ưng nhất nhất pháp trị, nhược tăng-già bà-thi-sa, nhược ba-dật-đề, như trụ tín ưu-bà-di sở thuyết, ưng như pháp trị thị tỳ-kheo. Thị danh bất định pháp.

諸大德。我已說二不定法。今問諸大德。是中清淨不。

> Chư đại đức, ngã dĩ thuyết nhị bất định pháp. Kim vấn chư đại đức: Thị trung thanh tịnh phủ?

(如是三說。)

> (Như thị tam thuyết.)

諸大德。是中清淨。默然故。是事如是持。

> Chư đại đức, thị trung thanh tịnh, mặc nhiên cố. Thị sự như thị trì.

三十尼薩耆波逸提法

Tam thập ni-tát-kỳ ba-dật-đề pháp

諸大德。是三十尼薩耆波逸提法。半月半月說戒經中來。

> Chư đại đức, thị tam thập ni-tát-kỳ ba-dật-đề pháp, bán nguyệt bán nguyệt thuyết, Giới kinh trung lai.

長衣過限戒第一

若比丘，衣已竟。迦絺那衣已出。得長衣經十日不淨施，得畜。若過十日尼薩耆波逸提。

Trường y quá hạn giới đệ nhất

> Nhược tỳ-kheo, y dĩ cánh, ca-hy-na y dĩ xuất, đắc trường y kinh thập nhật bất tịnh thí, đắc súc. Nhược quá thập nhật, ni-tát-kỳ ba-dật-đề.

離三衣宿戒第二

若比丘，衣已竟。迦絺那衣已出，三衣中，若離一一衣，異處宿，除僧羯磨，尼薩耆波逸提。

Ly tam y túc giới đệ nhị

> Nhược tỳ-kheo, y dĩ cánh, ca-hy-na y dĩ xuất, tam y trung, nhược ly nhất nhất y dị xứ túc, trừ tăng yết-ma, ni-tát-kỳ ba-dật-đề.

月望衣戒第三

若比丘，衣已竟。迦絺那衣已出。若比丘得非時衣。欲須便受。受已疾成。若足者善。若不足者。得畜經一月。為滿足故。若過者，尼薩耆波逸提。

Nguyệt vọng y giới đệ tam

>Nhược tỳ-kheo, y dĩ cánh, ca-hy-na y dĩ xuất, Nhược tỳ-kheo, đắc phi thời y, dục tu tiện thọ, thọ dĩ tật thành, nhược túc giả thiện, nhược bất túc giả, đắc súc kinh nhất nguyệt, vi mãn túc cố, nhược quá giả, ni-tát-kỳ ba-dật-đề.

取非親尼衣戒第四

若比丘，從非親里比丘尼取衣，除貿易，尼薩耆波逸提。

Thủ phi thân ni y giới đệ tứ

>Nhược tỳ-kheo, tùng phi thân lý tỳ-kheo ni thủ y, trừ mậu dịch, ni-tát-kỳ ba-dật-đề.

使非親尼浣故衣戒第五

若比丘，使非親里比丘尼浣，染，打故衣者，尼薩耆波逸提。

Sử phi thân ni hoán cố y giới đệ ngũ

>Nhược tỳ-kheo, sử phi thân lý tỳ-kheo ni hoán, nhiễm, đả cố y giả, ni-tát-kỳ ba-dật-đề.

從非親俗人乞衣戒第六

若比丘。從非親里居士，若居士婦，乞衣，除餘時，尼薩耆波逸提。餘時者，若比丘奪衣失衣燒衣漂衣。是謂餘時。

Tùng phi thân tục nhân khất y giới đệ lục

Nhược tỳ-kheo, tùng phi thân lý cư sĩ, nhược cư sĩ phụ khất y trừ dư thời, ni-tát-kỳ ba-dật-đề. Dư thời giả, Nhược tỳ-kheo, đoạt y, thất y, thiêu y, phiêu y, thị vị dư thời.

過分取衣戒第七

若比丘失衣，奪衣，燒衣，漂衣。若非親里居士，居士婦，自恣請多與衣。是比丘當知足受衣。若過受者，尼薩耆波逸提。

Quá phần thủ y giới đệ thất

Nhược tỳ-kheo, thất y, đoạt y, thiêu y, phiêu y, nhược phi thân lý cư sĩ, cư sĩ phụ, tự tứ thỉnh đa dữ y, thị tỳ-kheo đương tri túc thọ y. Nhược quá thọ giả, ni-tát-kỳ ba-dật-đề.

勸增衣價戒第八

若比丘，居士，居士婦，為比丘辦衣價。買如是衣與某甲比丘。是比丘先不受，自恣請。到居士家作如是說。善哉居士。為我買如是如是衣與我。為好故。若得衣者尼薩耆波逸提。

Khuyến tăng y giá giới đệ bát

Nhược tỳ-kheo, cư sĩ, cư sĩ phụ, vị tỳ-kheo biện y giá mãi như thị y dữ mỗ giáp tỳ-kheo, thị tỳ-kheo tiên bất thọ, tự tứ thỉnh, đáo cư sĩ gia tác như thị thuyết. Thiện tai cư sĩ, vị ngã mãi như thị, như thị y dữ ngã, vi hảo cố. Nhược đắc y giả, ni-tát-kỳ ba-dật-đề.

勸二家增衣價戒第九

若比丘，二居士，居士婦，與比丘辦衣價。是比丘先不受，居士自恣請。到二居士家作如是言。善哉居士。辦如是衣。與我共作一衣。為好故。若得衣者，尼薩耆波逸提。

Khuyến nhị gia tăng y giá giới đệ cửu

Nhược tỳ-kheo, nhị cư sĩ, cư sĩ phụ, dữ tỳ-kheo biện y giá. Thị tỳ-kheo tiên bất thọ, cư sĩ tự tứ thỉnh, đáo nhị cư sĩ gia tác như thị ngôn: Thiện tai, cư sĩ, biện như thị y dữ ngã cộng tác nhất y, vi hảo cố. Nhược đắc y giả, ni-tát-kỳ ba-dật-đề.

過限慇切索衣價戒第十

若比丘。若王若大臣若婆羅門。居士，居士婦。遣使為比丘送衣價。彼使人至比丘所言。大德。今為汝故。送是衣價受取。是比丘言。我不應受此衣價，我若須衣，合時清淨當受。

Quá hạn ân thiết sách y giá giới đệ thập

Nhược tỳ-kheo, nhược vương, nhược đại thần, nhược bà-la-môn, cư sĩ, cư sĩ phụ, khiển sứ vị tỳ-kheo tống y giá. Bỉ sứ nhân chí tỳ-kheo sở ngôn: Đại đức, kim vị nhữ cố, tống thị y giá thọ thủ. Thị tỳ-kheo ngôn: Ngã bất ưng thọ thử y giá. Ngã nhược tu y hiệp thời thanh tịnh đương thọ.

彼使語言。大德。有執事人不。比丘言。有。若僧伽藍民。若優婆塞。此是比丘執事人。

Bỉ sứ ngứ ngôn: Đại đức hữu chấp sự nhân phủ? Tỳ-kheo ngôn: Hữu. Nhược tăng-già-lam dân, nhược ưu-bà-tắc, thử thị tỳ-kheo chấp sự nhân.

時彼使往至執事人所。與衣價已還至比丘所。作如是言。大德所示某甲執事人。我已與衣價。大德。知時往彼當得衣。須衣比丘當往執事人所。若二反三反為作憶念。

Thời bỉ sứ vãng chí chấp sự nhân sở, dữ y giá dĩ, hoàn chí tỳ-kheo sở tác như thị ngôn: Đại đức, sở thị mỗ giáp chấp sự nhân. Ngã dĩ dữ y giá. Đại đức tri thời vãng bỉ đương đắc y. Tu y tỳ-kheo đương vãng chấp sự nhân sở. Nhược nhị phản, tam phản, vi tác ức niệm.

若得衣者善。若不得衣。應四反五反六反在前默然住。令彼憶念。得衣者善。若不得衣。過是求得衣者。尼薩耆波逸提。

Nhược đắc y giả thiện, nhược bất đắc y, đương tứ phản, ngũ phản, lục phản, tại tiền mặc nhiên trụ, linh bỉ ức niệm. Đắc y giả thiện. Nhược bất đắc y, quá thị cầu đắc y giả, ni-tát-kỳ ba-dật-đề.

若不得衣。從所得衣價處。若自往若遣使往。語言汝先遣使持衣價。與某甲比丘。是比丘竟不得衣。汝還取莫使失。此是時。

Nhược bất đắc y, tùng sở đắc y giá xứ, nhược tự vãng, nhược khiển sứ vãng ngứ ngôn: Nhữ tiên khiển sứ trì y giá dữ mỗ giáp tỳ-kheo. Thị tỳ-kheo cánh bất đắc y, nhữ hoàn thủ mạc sử thất. Thử thị thời.

乞蠶緜作袈裟戒第十一

若比丘雜野蠶緜，作新臥具者，尼薩耆波逸提。

Khất tàm miên tác ca-sa giới đệ thập nhất

> Nhược tỳ-kheo, tạp giả tàm miên, tác tân ngọa cụ giả, ni-tát-kỳ ba-dật-đề.

黑毛臥具戒第十二

若比丘。以新純黑糯羊毛。作新臥具。尼薩耆波逸提。

Hắc mao ngọa cụ giới đệ thập nhị

> Nhược tỳ-kheo, dĩ tân thuần hắc nậu dương mao, tác tân ngọa cụ, ni-tát-kỳ ba-dật-đề.

白毛三衣戒第十三

若比丘作新臥具，應用二分純黑羊毛，三分白，四分尨。若比丘不用二分純黑羊毛，三分白，四分尨，作新臥具者，尼薩耆波逸提。

Bạch mao tam y giới đệ thập tam

> Nhược tỳ-kheo, tác tân ngọa cụ, ưng dụng nhị phần thuần hắc dương mao, tam phần bạch, tứ phần mang. Nhược tỳ-kheo, bất dụng nhị phần thuần hắc dương mao, tam phần bạch, tứ phần mang, tác tân ngọa cụ giả, ni-tát-kỳ ba-dật-đề.

減六年作三衣戒第十四

若比丘作新臥具持至六年。若減六年不捨故。

更作新者。除僧羯磨。尼薩耆波逸提。

Giảm lục niên tác tam y giới đệ thập tứ

>Nhược tỳ-kheo, tác tân ngọa cụ trì chí lục niên, nhược giảm lục niên bất xả cố, cánh tác tân giả, trừ tăng yết-ma, ni-tát-kỳ ba-dật-đề.

不揲坐具戒第十五

若比丘作新坐具。當取故者。縱廣一磔手，揲著新者上。用壞色故。若作新坐具。不取故者縱廣一磔手揲。著新者上用壞色故。尼薩耆波逸提。

Bất thiệp tọa cụ giới đệ thập ngũ

>Nhược tỳ-kheo, tác tân tọa cụ, đương thủ cố giả, túng quảng nhất trách thủ, thiệp trước tân giả thượng, dụng hoại sắc cố, nhược tác tân tọa cụ bất thủ cố giả, túng quảng nhất trách thủ thiệp, trước tân giả thượng, dụng hoại sắc cố, ni-tát-kỳ ba-dật-đề.

持羊毛過限戒第十六

若比丘道路行得羊毛。若無人持。得自持乃至三由旬。若無人持自持過三由旬尼薩耆波逸提。

Trì dương mao quá hạn giới đệ thập lục

>Nhược tỳ-kheo, đạo lộ hành đắc dương mao, nhược vô nhân trì, đắc tự trì, nãi chí tam do-tuần. Nhược vô nhân trì, tự trì quá tam do-tuần ni-tát-kỳ ba-dật-đề.

使非親尼浣染羊毛戒第十七

若比丘使非親里比丘尼浣染擘羊毛者。尼薩耆波逸提。

Sử phi thân ni hoán nhiễm dương mao giới đệ thập thất

> Nhược tỳ-kheo, sử phi thân lý tỳ-kheo ni hoán nhiễm phách dương mao giả, ni-tát-kỳ ba-dật-đề.

蓄錢寶戒第十八

若比丘。自手捉錢若金銀。若教人捉若置地受者。尼薩耆波逸提。

Súc tiền bảo giới đệ thập bát

> Nhược tỳ-kheo, tự thủ tróc tiền, nhược kim ngân, nhược giáo nhân tróc, nhược trí địa thọ giả, ni-tát-kỳ ba-dật-đề.

貿寶戒第十九

若比丘種種賣買寶物者。尼薩耆波逸提。

Mậu bảo giới đệ thập cửu

> Nhược tỳ-kheo, chủng chủng mại mãi bảo vật giả, ni-tát-kỳ ba-dật-đề.

販賣戒第二十

若比丘種種販賣者尼薩耆波逸提。

Phiến mại giới đệ nhị thập

> Nhược tỳ-kheo, chủng chủng phiến mại giả, ni-tát-kỳ ba-dật-đề.

畜長缽過限戒第二十一

若比丘畜長缽。不淨施得齊十日若過者尼薩耆波逸提。

Súc trưởng bát quá hạn giới đệ nhị thập nhất

> Nhược tỳ-kheo, súc trưởng bát bất tịnh thí, đắc tề thập nhật, nhược quá giả, ni-tát-kỳ ba-dật-đề.

乞缽戒第二十二

若比丘畜缽。減五綴不漏。更求新缽。為好故。若得者尼薩耆波逸提。彼比丘應往僧中捨。展轉取最下缽。與之令持。乃至破應持。此是時。

Khất bát giới đệ nhị thập nhị

> Nhược tỳ-kheo, súc bát giảm ngũ chuyết bất lậu, cánh cầu tân bát vi hảo cố, nhược đắc giả, ni-tát-kỳ ba-dật-đề. Bỉ tỳ-kheo ưng vãng tăng trung xả, triển chuyển thủ tối hạ bát dữ chi linh trì, nãi chí phá ưng trì. Thử thị thời.

自乞縷使非親織戒第二十三

若比丘自乞縷線。使非親里織師織作衣者。尼薩耆波逸提。

Tự khất lũ sử phi thân chức đệ nhị thập tam

> Nhược tỳ-kheo, tự khất lũ miên sử phi thân lý chức sư chức tác y giả, ni-tát-kỳ ba-dật-đề.

勸織師增衣縷戒第二十四

若比丘。居士，居士婦。使織師為比丘織作衣。彼比丘先不受自恣請。便往織師所言。此衣為我作。與我極好織，令廣大堅緻。我當與汝價。是比丘與價衣乃至一食直。若得衣者，尼薩耆波逸提。

Khuyến chức sư tăng y lũ giới đệ nhị thập tứ

> *Nhược tỳ-kheo, cư sĩ, cư sĩ phụ, sử chức sư vị tỳ-kheo chức tác y. Bỉ tỳ-kheo tiên bất thọ tự tứ thỉnh, tiện vãng chức sư sở ngôn. Thử y vị ngã tác, dữ ngã cực hảo chức, linh quảng đại kiên trí, ngã đương dữ nhữ giá. Thị tỳ-kheo dữ y giá nãi chí nhất thực trực. Nhược đắc y giả, ni-tát-kỳ ba-dật-đề.*

奪衣戒第二十五

若比丘，先與比丘衣。後瞋恚故。若自奪，若教人奪取。還我衣來不與汝。是比丘還衣。彼取衣者尼薩耆波逸提。

Đoạt y giới đệ nhị thập ngũ

> *Nhược tỳ-kheo, tiên dữ tỳ-kheo y, hậu sân nhuế cố, nhược tự đoạt, nhược giáo nhân đoạt thủ, hoàn ngã y lai bất dữ nhữ. Thị tỳ-kheo hoàn y, bỉ thủ y giả, ni-tát-kỳ ba-dật-đề.*

蓄七日藥過限戒第二十六

若比丘，有病殘藥酥油生酥蜜石蜜。齊七日得服。若過七日服者。尼薩耆波逸提。

Súc thất nhật dược quá hạn giới đệ nhị thập lục

Nhược tỳ-kheo, hữu bệnh, tàn dược tô du, sanh tô, mật, thạch mật, tề thất nhật đắc phục. Nhược quá thất nhật phục giả, ni-tát-kỳ ba-dật-đề.

過前求雨衣過前用戒第二十七

若比丘，春殘一月在。當求雨浴衣。半月應用浴。若比丘過一月前求雨浴衣。過半月前用浴。尼薩耆波逸提。

Quá tiền cầu vũ y quá tiền dụng giới đệ nhị thập thất

Nhược tỳ-kheo, xuân tàn nhất nguyệt tại, đương cầu vũ dục y, bán nguyệt ưng dụng dục. Nhược tỳ-kheo, quá nhất nguyệt tiền cầu vũ dục y, quá bán nguyệt tiền dụng dục, ni-tát-kỳ ba-dật-đề.

過前受急施衣過後畜戒第二十八

若比丘十日未竟夏三月。諸比丘得急施衣。比丘知是急施衣。當受。受已乃至衣時應畜。若過畜者尼薩耆波逸提。

Quá tiền thọ cấp thí y quá hậu súc giới đệ nhị thập bát

Nhược tỳ-kheo, thập nhật vị cánh, hạ tam nguyệt chư tỳ-kheo đắc cấp thí y, tỳ-kheo tri thị cấp thí y, đương thọ. Thọ dĩ nãi chí y thời ưng súc, nhược quá súc giả, ni-tát-kỳ ba-dật-đề.

有難蘭若離衣戒第二十九

若比丘，夏三月竟。後迦提一月滿。在阿蘭若有疑恐怖處住。比丘在如是處住。三衣中欲留一一衣置村舍內。諸比丘有因緣得離衣宿。乃至六夜。若過者尼薩耆波逸提。

Hữu nạn lan nhã ly y giới đệ nhị thập cửu

> Nhược tỳ-kheo, hạ tam nguyệt cánh, hậu ca-đề nhất nguyệt mãn, tại a-lan-nhã hữu nghi khủng bố xứ trụ, tỳ-kheo tại như thị xứ trụ, tam y trung, dục lưu nhất nhất y trí thôn xá nội, chư tỳ-kheo hữu nhân duyên đắc ly y túc, nãi chí lục dạ, nhược quá giả, ni-tát-kỳ ba-dật-đề.

迴僧物入己戒第三十

若比丘知是僧物。自求入己者。尼薩耆波逸提。

Hồi tăng vật nhập kỷ giới đệ tam thập

> Nhược tỳ-kheo, tri thị tăng vật, tự cầu nhập kỷ giả, ni-tát-kỳ ba-dật-đề.

諸大德我已說三十尼薩耆波逸提法。今問諸大德。是中清淨不。

> Chư đại đức, ngã dĩ thuyết tam thập ni-tát-kỳ ba-dật-đề pháp. Kim vấn chư đại đức, thị trung thanh tịnh phủ?

(如是三說。)

> (Như thị tam thuyết)

諸大德。是中清淨。默然故。是事如是持。

Chư đại đức, thị trung thanh tịnh mặc nhiên cố. Thị sự như thị trì.

九十波逸提法
Cửu thập ba-dật-đề pháp

諸大德。是九十波逸提法。半月半月說戒經中來。

Chư đại đức thị cửu thập ba-dật-đề pháp, bán nguyệt bán nguyệt thuyết, Giới kinh trung lai.

小妄語戒第一

若比丘。知而妄語者。波逸提。

Tiểu vọng ngữ giới đệ nhất

Nhược tỳ-kheo, tri nhi vọng ngữ giả, ba-dật-đề.

罵戒第二

若比丘。種類毀呰語者。波逸提。

Mạ giới đệ nhị

Nhược tỳ-kheo, chủng loại hủy cửu ngữ giả, ba-dật-đề.

兩舌戒第三

若比丘。兩舌語者。波逸提。

Lưỡng thiệt giới đệ tam

Nhược tỳ-kheo, lưỡng thiệt ngữ giả, ba-dật-đề.

共女人宿戒第四

若比丘。與女人同室宿者。波逸提。

Cộng nữ nhân túc giới đệ tứ

Nhược tỳ-kheo, dữ nữ nhân đồng thất túc giả, ba-dật-đề.

共未受具宿過限戒第五

若比丘。與未受大戒人共宿。過二夜至三夜者。波逸提。

Cộng vị thọ cụ nhân túc quá hạn giới đệ ngũ

Nhược tỳ-kheo, dữ vị thọ đại giới nhân cộng túc quá nhị dạ chí tam dạ giả, ba-dật-đề.

與未具人同誦戒第六

若比丘。與未受大戒人同誦者。波逸提。

Dữ vị cụ nhân đồng tụng giới đệ lục

Nhược tỳ-kheo, dữ vị thọ đại giới nhân đồng tụng giả, ba-dật-đề.

向非具人說粗罪戒第七

若比丘知他比丘有麤惡罪。向未受大戒人說，除僧羯磨，波逸提。

Hướng phi cụ nhân thuyết thô tội giới đệ thất

Nhược tỳ-kheo, tri tha tỳ-kheo hữu thô ác tội, hướng vị thọ đại giới nhân thuyết, trừ tăng yết-ma, ba-dật-đề.

實得道向未具說戒第八

若比丘向未受大戒人。說過人法，言我見是，我知是實者，波逸提。

Thật đắc đạo hướng vị cụ thuyết giới đệ bát

Nhược tỳ-kheo, hướng vị thọ đại giới nhân thuyết quá nhân pháp ngôn, ngã kiến thị, ngã tri thị thật giả, ba-dật-đề.

與女人說法過限戒第九

若比丘。與女人說法。過五六語。除有智男子波逸提。

Dữ nữ nhân thuyết pháp quá hạn giới đệ cửu

Nhược tỳ-kheo, dữ nữ nhân thuyết pháp, quá ngũ lục ngữ, trừ hữu trí nam tử, ba-dật-đề.

掘地戒第十

若比丘。自手掘地若教人掘者。波逸提。

Quật địa giới đệ thập

Nhược tỳ-kheo, tự thủ quật địa, nhược giáo nhân quật giả, ba-dật-đề.

壞生種戒第十一

若比丘壞鬼神村者，波逸提。

Hoại sanh chủng giới đệ thập nhất

Nhược tỳ-kheo, hoại quỷ thần thôn giả, ba-dật-đề.

身口綺戒第十二

若比丘妄作異語惱僧者，波逸提。

Thân khẩu ỷ giới đệ thập nhị

Nhược tỳ-kheo, vọng tác dị ngữ, não tăng giả, ba-dật-đề.

嫌罵僧知事戒第十三

若比丘嫌罵僧知事者，波逸提。

Hiềm mạ tăng tri sự giới đệ thập tam

    Nhược tỳ-kheo, hiềm mạ tăng tri sự giả, ba-dật-đề.

露敷僧物戒第十四

若比丘。取僧繩牀，木牀，臥具坐褥。露地自敷，若教人敷，捨去，不自舉，不教人舉。波逸提。

Lộ phu tăng vật giới đệ thập tứ

    Nhược tỳ-kheo, thủ tăng thằng sàng, mộc sàng, ngọa cụ tọa nhục, lộ địa tự phu, nhược giáo nhân phu, xả khú, bất tự cử, bất giáo nhân cử, ba-dật-đề.

覆處敷僧物戒第十五

若比丘，於僧房中。敷僧臥具，坐褥。若自敷若教人敷。若坐若臥。從彼捨去，不自舉，不教人舉。波逸提。

Phú xứ phu tăng vật giới đệ thập ngũ

    Nhược tỳ-kheo, ư tăng phòng trung, phu tăng ngọa cụ, tọa nhục, nhược tự phu, nhược giáo nhân phu, nhược tọa nhược ngọa, tùng bỉ xả khú, bất tự cử, bất giáo nhân cử, ba-dật-đề.

強敷戒第十六

若比丘，知先比丘住處。後來強於中間敷臥具止宿。念言。彼若嫌迮者。自當避我去。作如是因緣非餘非威儀者。波逸提。

Cưỡng phu giới đệ thập lục

> Nhược tỳ-kheo, tri tiên tỳ-kheo trụ xứ, hậu lai cưỡng ư trung gian phu ngọa cụ chỉ túc, niệm ngôn: Bỉ nhược hiềm trách giả, tự đương ty ngã khứ, tác như thị nhân duyên, phi dư, phi oai nghi giả, ba-dật-đề.

牽他出僧房戒第十七

若比丘瞋他比丘不喜。僧房中若自牽出。教他牽出。波逸提。

Khiên tha xuất tăng phòng giới đệ thập thất

> Nhược tỳ-kheo, sân tha tỳ-kheo, bất hỷ, tăng phòng trung, nhược tự khiên xuất, giáo tha khiên xuất, ba-dật-đề.

坐脫腳牀戒第十八

若比丘。若房若重閣上，脫腳繩牀木牀。若坐若臥。波逸提。

Tọa thoát cước sàng giới đệ thập bát

> Nhược tỳ-kheo, nhược phòng nhược trùng các thượng, thoát cước thằng sàng, mộc sàng, nhược tọa nhược ngọa, ba-dật-đề.

用蟲水戒第十九

若比丘知水有蟲。若自澆泥。若澆草。若教人澆者。波逸提。

Dụng trùng thủy giới đệ thập cửu

> *Nhược tỳ-kheo, tri thủy hữu trùng, nhược tự kiêu nê, nhược kiêu thảo, nhược giáo nhân kiêu giả, ba-dật-đề.*

覆屋過三節戒第二十

若比丘作大房。戶扉窗牖及諸莊飾具。指授覆苫齊二三節。若過者波逸提。

Phú ốc quá tam tiết giới đệ nhị thập

> *Nhược tỳ-kheo, tác đại phòng, hộ phi song dũ cập chư trang sức cụ. Chỉ thọ phú thiêm tề nhị tam tiết, nhược quá giả, ba-dật-đề.*

輒教尼戒第二十一

若比丘僧不差。教授授比丘尼者。波逸提。

Triếp giáo ni giới đệ nhị thập nhất

> *Nhược tỳ-kheo, tăng bất sai, giáo thọ tỳ-kheo ni giả, ba-dật-đề.*

與尼說法至日暮戒第二十二

若比丘。為僧差教授比丘尼。乃至日暮者。波逸提。

Dữ ni thuyết pháp chí nhật mộ giới đệ nhị thập nhị

> *Nhược tỳ-kheo, vi tăng sai giáo thọ tỳ-kheo ni, nãi chí nhật mộ giả, ba-dật-đề.*

譏教尼人戒第二十三

若比丘，語餘比丘。作如是語。諸比丘為飲食故。教授比丘尼者。波逸提。

Cơ giáo ni nhân giới đệ nhị thập tam

Nhược tỳ-kheo, ngứ dư tỳ-kheo tác như thị ngữ chư tỳ-kheo vị ẩm thực cố, giáo thọ tỳ-kheo ni giả, ba-dật-đề.

與非親尼衣戒第二十四

若比丘與非親里比丘尼衣，除貿易，波逸提。

Dữ phi thân ni y giới đệ nhị thập tứ

Nhược tỳ-kheo, dữ phi thân lý tỳ-kheo ni y, trừ mậu dịch, ba-dật-đề.

與非親尼作衣戒第二十五

若比丘。與非親里比丘尼作衣者。波逸提。

Dữ phi thân ni tác y giới đệ nhị thập ngũ

Nhược tỳ-kheo, dữ phi thân lý tỳ-kheo ni tác y giả, ba-dật-đề.

獨與尼屏露坐戒第二十六

若比丘與比丘尼。在屏覆處坐者。波逸提。

Độc dữ ni bình lộ tọa giới đệ nhị thập lục

Nhược tỳ-kheo, dữ tỳ-kheo ni tại bình phú xứ tọa giả, ba-dật-đề.

與尼期行戒第二十七

若比丘與比丘尼共期同一道行。從一村乃至一村間。除異時波逸提。異時者。與估客行若疑畏怖時。是謂異時。

Dữ ni kỳ hành giới đệ nhị thập thất

Nhược tỳ-kheo, dữ tỳ-kheo ni cộng kỳ đồng nhất đạo hành, tùng nhất thôn, nãi chí nhất thôn gian, trừ dị thời, ba-dật-đề. Dị thời giả, dữ cổ khách hành, nhược nghi úy bố thời, thị vị dị thời.

與尼同船戒第二十八

若比丘，與比丘尼。共期同乘一船。若上水，若下水。除直渡者波逸提。

Dữ ni đồng thuyền giới đệ nhị thập bát

Nhược tỳ-kheo, dữ tỳ-kheo ni cộng kỳ đồng thừa nhất thuyền, nhược thượng thủy, nhược hạ thủy, trừ trực độ giả, ba-dật-đề.

食尼歎食戒第二十九

若比丘知比丘尼讚歎因緣得食，食，除檀越先有意者，波逸提。

Thực ni thán thực giới đệ nhị thập cửu

Nhược tỳ-kheo, tri tỳ-kheo ni tán thán nhân duyên đắc tự, thực, trừ đàn việt tiên hữu ý giả, ba-dật-đề.

與女人期同行戒第三十

若比丘與女人共期同一道行。乃至一村間。波逸提。

Dữ nữ nhân kỳ đồng hành giới đệ tam thập

Nhược tỳ-kheo, dữ nữ nhân cộng kỳ đồng nhất đạo hành, nãi chí nhất thôn gian, ba-dật-đề.

施一食處過受戒第三十一

若比丘施一食處。無病比丘應一食。若過受者波逸提。

Thí nhất thực xứ quá thọ giới đệ tam thập nhất

Nhược tỳ-kheo, thí nhất thực xứ, vô bệnh tỳ-kheo ưng nhất thực, nhược quá thọ giả, ba-dật-đề.

展轉食戒第三十二

若比丘展轉食。除餘時波逸提。餘時者。病時施衣時。是謂餘時。

Triển chuyển thực giới đệ tam thập nhị

Nhược tỳ-kheo, triển chuyển thực, trừ dư thời, ba-dật-đề. Dư thời giả, bệnh thời, thí y thời, thị vị dư thời.

別眾食戒第三十三

若比丘別眾食,除餘時,波逸提。餘時者。病時。作衣時。施衣時。道行時。乘船時。大眾集時。沙門施食時。此是時。

Biệt chúng thực giới đệ tam thập tam

Nhược tỳ-kheo, biệt chúng thực, trừ dư thời, ba-dật-đề. Dư thời giả bệnh thời, tác y thời, thí y thời, đạo hành thời, thừa thuyền thời, đại chúng tập thời, sa-môn thí thực thời, thử thị thời.

取歸婦賣客食戒第三十四

若比丘至白衣家。請比丘與餅糗飯。若比丘欲須者。當二三缽受。還至僧伽藍中。應分與餘比丘食。若比丘無病。過二三缽受持。還至僧伽藍中。不分與餘比丘食者。波逸提。

Thủ quy phụ mại khách tự giới đệ tam thập tứ

Nhược tỳ-kheo, chí bạch y gia thỉnh tỳ-kheo dữ bỉnh khữu phạn, Nhược tỳ-kheo, dục tu giả, đương nhị tam bát thọ hoàn chí tăng-già-lam trung, ưng phân dữ dư tỳ-kheo thực. Nhược tỳ-kheo, vô bệnh quá nhị tam bát thọ trì, hoàn chí tăng-già-lam trung, bất phân dữ dư tỳ-kheo thực giả, ba-dật-đề.

足食戒第三十五

若比丘足食竟。或時受請，不作餘食法而食者。波逸提。

Túc thực giới đệ tam thập ngũ

Nhược tỳ-kheo, túc thực cánh, hoặc thời thọ thỉnh, bất tác dư thực pháp nhi thực giả, ba-dật-đề.

勸足食戒第三十六

若比丘知他比丘足食竟，若受請不作餘食法，慇懃請與食。長老，取是食。以是因緣非餘，欲使他犯者，波逸提。

Khuyến túc thực giới đệ tam thập lục

Nhược tỳ-kheo, tri tha tỳ-kheo túc thực cánh, nhược thọ thỉnh, bất tác dư thực pháp, ân cần thỉnh dữ thực: "Trưởng lão, thủ thị tự." Dĩ thị nhân duyên phi dư, dục sử tha phạm giả, ba-dật-đề.

非時食戒第三十七

若比丘非時。受食食者，波逸提。

Phi thời thực giới đệ tam thập thất

 Nhược tỳ-kheo, phi thời thọ tự thực giả, ba-dật-đề.

食殘宿戒第三十八
若比丘殘宿食而食者，波逸提。

Thực tàn túc giới đệ tam thập bát

 Nhược tỳ-kheo, tàn túc thực nhi thực giả, ba-dật-đề.

不受食戒第三十九
若比丘。不受食若藥著口中，除水及楊枝，波逸提。

Bất thọ thực giới đệ tam thập cửu

 Nhược tỳ-kheo, bất thọ thực, nhược dược trước khẩu trung, trừ thủy cập dương chi, ba-dật-đề.

索美食戒第四十
若比丘得好美飲食乳酪魚及肉。無病自為己索者。波逸提。

Sách mỹ thực giới đệ tứ thập

 Nhược tỳ-kheo, đắc hảo mỹ ẩm thực, nhũ lạc ngư cập nhục, vô bệnh tự vi kỷ sách giả, ba-dật-đề.

與外道食戒第四十一
若比丘。外道男女自手與食者。皆波逸提。

Dữ ngoại đạo thực giới đệ tứ thập nhất

 Nhược tỳ-kheo, ngoại đạo nam nữ tự thủ dữ thực giả, giai ba-dật-đề.

不囑同利入聚戒第四十二

若比丘先受請已。前食後食行詣餘家。不囑餘比丘。除餘時波逸提。餘時者。病時。作衣時。施衣時。是謂餘時。

Bất chúc đồng lợi nhập tụ giới đệ tứ thập nhị

Nhược tỳ-kheo, tiên thọ thỉnh dĩ, tiền thực hậu thực, hành nghệ dư gia bất chúc dư tỳ-kheo, trừ dư thời, ba-dật-đề. Dư thời giả, bệnh thời, tác y thời, thí y thời, thị vị dư thời.

食家強坐戒第四十三

若比丘。食家中有寶。強安坐者。波逸提。

Thực gia cưỡng tọa giới đệ tứ thập tam

Nhược tỳ-kheo, thực gia trung hữu bảo, cưỡng an tọa giả, ba-dật-đề.

屏與女坐戒第四十四

若比丘。食家中有寶。在屏處坐者。波逸提。

Bình dữ nữ tọa giới đệ tứ thập tứ

Nhược tỳ-kheo, thực gia trung hữu bảo, tại bình xứ tọa giả, ba-dật-đề.

獨與女人坐戒第四十五

若比丘。獨與女人露地坐者。波逸提。

Độc dữ nữ nhân tọa giới đệ tứ thập ngũ

Nhược tỳ-kheo, độc dữ nữ nhân lộ địa tọa giả, ba-dật-đề.

驅他出聚戒第四十六

若比丘。語餘比丘如是語。大德。共至聚落當與汝食。彼比丘竟不教與是比丘食。語言。汝去。我與汝共坐共語不樂。我獨坐獨語樂。以此因緣非餘。方便遣去者。波逸提。

Khu tha xuất tụ giới đệ tứ thập lục

> Nhược tỳ-kheo, ngứ dư tỳ-kheo như thị ngữ: Đại đức cộng chí tụ lạc đương dữ nhữ thực. Bỉ tỳ-kheo cánh bất giáo dữ thị tỳ-kheo thực, ngứ ngôn: Nhữ khứ, ngã dữ nhữ cộng tọa cộng ngữ bất lạc. Ngã độc tọa độc ngữ lạc. Dĩ thử nhân duyên phi dư, phương tiện khiển khứ giả, ba-dật-đề.

過受四月藥請戒第四十七

若比丘請四月與藥。無病比丘應受。若過受。除常請，更請，分請，盡形壽請者，波逸提。

Quá thọ tứ nguyệt dược thỉnh giới đệ tứ thập thất

> Nhược tỳ-kheo, thỉnh tứ nguyệt dữ dược, vô bệnh tỳ-kheo ưng thọ, nhược quá thọ, trừ thường thỉnh, cánh thỉnh, phần thỉnh, tận hình thọ thỉnh giả, ba-dật-đề.

觀軍戒第四十八

若比丘往觀軍陣。除時因緣。波逸提。

Quan quân giới đệ tứ thập bát

> Nhược tỳ-kheo, vãng quan quân trận, trừ thời nhân duyên, ba-dật-đề.

有緣軍中過限戒第四十九

若比丘有因緣聽至軍中二宿，三宿。若過者，波逸提。

Hữu duyên quân trung quá hạn giới đệ tứ thập cửu

Nhược tỳ-kheo, hữu nhân duyên thính chí quân trung nhị túc, tam túc. Nhược quá giả, ba-dật-đề.

觀軍合戰戒第五十

若比丘二宿三宿軍中住。或時觀軍陣鬥戰。若觀遊軍象馬力勢者。波逸提。

Quan quân hiệp chiến giới đệ ngũ thập

Nhược tỳ-kheo, nhị túc tam túc quân trung trụ, hoặc thời quan quân trận đấu chiến, nhược quan du quân, tượng mã lực thế giả, ba-dật-đề.

飲酒戒第五十一

若比丘飲酒者，波逸提。

Ẩm tửu giới đệ ngũ thập nhất

Nhược tỳ-kheo, ẩm tửu giả, ba-dật-đề.

水中戲戒第五十二

若比丘水中戲者，波逸提。

Thủy trung hý giới đệ ngũ thập nhị

Nhược tỳ-kheo, thủy trung hý giả, ba-dật-đề.

擊攊戒第五十三

若比丘以指相擊攊者，波逸提。

Kích lịch giới đệ ngũ thập tam

Nhược tỳ-kheo, dĩ chỉ tương kích lịch giả, ba-dật-đề.

不受諫戒第五十四

若比丘不受諫者，波逸提。

Bất thọ gián giới đệ ngũ thập tứ

Nhược tỳ-kheo, bất thọ gián giả, ba-dật-đề.

恐比丘戒第五十五

若比丘恐怖他比丘者，波逸提。

Khủng tỳ kheo giới đệ ngũ thập ngũ

Nhược tỳ-kheo, khủng bố tha tỳ-kheo giả, ba-dật-đề.

半月浴過戒第五十六

若比丘半月洗浴。無病比丘應受。不得過。除餘時波逸提。餘時者。熱時。病時。作時。風時。雨時。遠行來時。此是餘時。

Bán nguyệt dục quá giới đệ ngũ thập lục

Nhược tỳ-kheo, bán nguyệt tẩy dục, vô bệnh tỳ-kheo ưng thọ bất đắc quá, trừ dư thời, ba-dật-đề. Dư thời giả, nhiệt thời, bệnh thời, tác thời, phong thời, vũ thời, viễn hành lai thời, thử thị dư thời.

露地然火戒第五十七

若比丘無病為炙身故。在露地然火。若自然，若教人然。除時因緣波逸提。

Lộ địa nhiên hỏa giới đệ ngũ thập thất

    Nhược tỳ-kheo, vô bệnh vi chích thân cố, tại lộ địa nhiên hỏa, nhược tự nhiên, nhược giáo nhân nhiên, trừ thời nhân duyên, ba-dật-đề.

藏他衣缽戒第五十八

若比丘藏他比丘衣缽，坐具，針筒。若自藏，若教人藏。下至戲笑者，波逸提。

Tàng tha y bát giới đệ ngũ thập bát

    Nhược tỳ-kheo, tàng tha tỳ-kheo y bát, tọa cụ, châm đồng, nhược tự tàng, nhược giáo nhân tàng, hạ chí hý tiếu giả, ba-dật-đề.

眞寔淨不語取戒第五十九

若比丘與比丘，比丘尼，式叉摩那，沙彌，沙彌尼衣。後不語主還取著者，波逸提。

Chân thật tịnh bất ngứ thủ giới đệ ngũ thập cửu

    Nhược tỳ-kheo, dữ tỳ-kheo, tỳ-kheo ni, thức-xoa-ma-na, sa-di, sa-di ni y, hậu bất ngứ chủ hoàn thủ trước giả, ba-dật-đề.

著新衣戒第六十

若比丘得新衣，應作三種染壞色。一一色中隨意壞。若青若黑若木蘭。若比丘不以三種染壞色。若青若黑若木蘭。著餘新衣者。波逸提。

Trước tân y giới đệ lục thập

    Nhược tỳ-kheo, đắc tân y ưng tác tam chủng nhiễm

hoại sắc, nhất nhất sắc trung tùy ý hoại, nhược thanh, nhược hắc, nhược mộc lan. Nhược tỳ-kheo, bất dĩ tam chủng nhiễm hoại sắc, nhược thanh, nhược hắc, nhược mộc lan, trước dư tân y giả, ba-dật-đề.

奪畜生命戒第六十一
若比丘故殺畜生命者，波逸提。

Đoạt súc sanh mạng giới đệ lục thập nhất

Nhược tỳ-kheo, cố sát súc sanh mạng giả, ba-dật-đề.

飲蟲水戒第六十二
若比丘知水有蟲。飲用者波逸提。

Ẩm trùng thủy giới đệ lục thập nhị

Nhược tỳ-kheo, tri thủy hữu trùng, ẩm dụng giả, ba-dật-đề.

疑惱比丘戒第六十三
若比丘。故惱他比丘。令須臾間不樂者。波逸提。

Nghi não tỳ-kheo giới đệ nhị thập tam

Nhược tỳ-kheo, cố não tha tỳ-kheo linh tu du gian bất lạc giả, ba-dật-đề.

覆他麤罪戒第六十四
若比丘。知他比丘犯麤罪。覆藏者波逸提。

Phú tha thô tội giới đệ lục thập tứ

Nhược tỳ-kheo, tri tha tỳ-kheo phạm thô tội, phú tàng giả, ba-dật-đề.

與年不滿戒第六十五

若比丘知年不滿二十與受大戒此人不得戒。諸比丘可呵彼愚癡故，波逸提。

Dữ niên bất mãn giới đệ lục thập ngũ

> *Nhược tỳ-kheo, tri niên bất mãn nhị thập dữ thọ đại giới, thử nhân bất đắc giới, chư tỳ-kheo khả ha bỉ ngu si cố, ba-dật-đề.*

發諍戒第六十六

若比丘。知諍事如法懺悔已。後更發起者。波逸提。

Phát tránh giới đệ lục thập lục

> *Nhược tỳ-kheo, tri tránh sự như pháp sám hối dĩ, hậu cánh phát khởi giả, ba-dật-đề.*

與賊期行戒第六十七

若比丘知是賊伴結要。共同一道行。乃至一村間者波逸提。

Dữ tặc kỳ hành giới đệ lục thập thất

> *Nhược tỳ-kheo, tri thị tặc bạn kiết yếu, cộng đồng nhất đạo hành, nãi chí nhất thôn gian giả, ba-dật-đề.*

惡見違諫戒第六十八

若比丘作如是語。我知佛所說法。行婬欲非障道法。彼比丘諫此比丘言。大德。莫作是語。莫謗世尊。謗世尊者不善。世尊不作是語。世尊無數方便說行婬欲。是障道法。

Ác kiến vi gián giới đệ lục thập bát

> Nhược tỳ-kheo, tác như thị ngữ, ngã tri Phật sở thuyết pháp hành dâm dục phi chướng đạo pháp, bỉ tỳ-kheo gián thử tỳ-kheo ngôn: Đại đức, mạc tác thị ngữ, mạc báng Thế Tôn. Báng Thế Tôn giả bất thiện. Thế Tôn bất tác thị ngữ, Thế Tôn vô số phương tiện thuyết hành dâm dục thị chướng đạo pháp.

彼比丘諫此比丘時。堅持不捨。彼比丘乃至三諫。捨此事故。若三諫捨者善。不捨者波逸提。

> Bỉ tỳ-kheo gián thử tỳ-kheo thời, kiên trì bất xả. Bỉ tỳ-kheo nãi chí tam gián xả thử sự cố. Nhược tam gián xả giả thiện, bất xả giả ba-dật-đề.

隨舉戒第六十九

若比丘。知如是語人未作法，如是邪見，而不捨。供給所須，共同羯磨止宿，言語者，波逸提。

Tùy cử giới đệ lục thập cửu

> Nhược tỳ-kheo, tri như thị ngữ, nhân vị tác pháp, như thị tà kiến nhi bất xả, cung cấp sở tu, cộng đồng yết-ma chỉ túc ngôn ngữ giả, ba-dật-đề.

隨擯沙彌戒第七十

若比丘，知沙彌作如是語。我從佛聞法。行婬欲非障道法。彼比丘諫此沙彌如是言。汝莫誹

謗世尊。謗世尊者不善。世尊不作是語。沙
彌。世尊無數方便說婬欲是障道法。

Tùy tẩn sa-di giới đệ thất thập

> Nhược tỳ-kheo, tri sa-di tác như thị ngữ, ngã tùng
> Phật văn pháp, hành dâm dục phi chướng đạo pháp.
> Bỉ tỳ-kheo gián thử sa-di như thị ngôn: Nhữ mạc bài
> báng Thế Tôn. Báng Thế Tôn giả bất thiện. Thế Tôn
> bất tác thị ngữ, sa-di. Thế Tôn vô số phương tiện,
> thuyết dâm dục thị chướng đạo pháp.

彼比丘諫此沙彌時。堅持不捨。彼比丘應乃至
再三呵諫。令捨此事故。乃至三諫捨者善。不
捨者彼比丘應語此沙彌言。

> Bỉ tỳ-kheo gián thử sa-di thời, kiên trì bất xả. Bỉ tỳ-
> kheo ưng nãi chí tái tam ha gián, linh xả thử sự cố. Nãi
> chí tam gián, xả giả thiện, bất xả giả, bỉ tỳ-kheo ưng
> ngứ thử sa-di ngôn:

汝自今以後。不得言佛是我世尊。不得隨逐餘
比丘。如諸沙彌得與比丘二三宿。汝今無是
事。汝出去滅去。不應住此。若比丘知如是眾
中被擯沙彌。而誘將畜養共止宿言語者。波逸
提。

> Nhữ tự kim dĩ hậu bất đắc ngôn Phật thị ngã Thế
> Tôn, bất đắc tùy trục dư tỳ-kheo như chư sa-di đắc
> dữ tỳ-kheo nhị tam túc, nhữ kim như thị sự. Nhữ xuất
> khứ diệt khứ bất ưng trụ thử. Nhược tỳ-kheo, tri như
> thị chúng trung bị tẩn sa-di, nhi dụ tương súc dưỡng,
> cộng chỉ túc ngôn ngữ giả, ba-dật-đề.

拒勸學戒第七十一

若比丘。餘比丘如法諫時。作如是語。我今不學此戒。當難問餘智慧持律比丘者。波逸提。若為知為學故。應難問。

Cự khuyến học giới đệ thất thập nhị

> Nhược tỳ-kheo, dư tỳ-kheo như pháp gián thời tác như thị ngữ: Ngã kim bất học thử giới, đương nạn vấn, dư trí huệ trì luật tỳ-kheo giả, ba-dật-đề. Nhược vi tri, vi học cố, ưng nạn vấn.

毀毗尼戒第七十二

若比丘說戒時。作如是語。大德。何用說是雜碎戒為。說是戒時。令人惱愧懷疑。輕呵戒故。波逸提。

Hủy tỳ-ni giới đệ thất thập nhị

> Nhược tỳ-kheo, thuyết giới thời, tác như thị ngữ: Đại đức, hà dụng thuyết thị tạp toái giới vi? Thuyết thị giới thời, linh nhân não quý hoài nghi, khinh ha giới cố, ba-dật-đề.

恐舉先言戒第七十三

若比丘說戒時。作如是語。我今始知此法戒經所載。半月半月說戒經中來。餘比丘知是比丘。若二若三說戒中坐何況多。

Khủng cử tiên nhân giới đệ thất thập tam

> Nhược tỳ-kheo, thuyết giới thời tác như thị ngữ: Ngã kim thủy tri thử pháp giới trung sở tải, bán nguyệt

bán nguyệt thuyết, Giới kinh trung lai. Dư tỳ-kheo tri thị tỳ-kheo nhược nhị nhược tam thuyết giới trung tọa hà huống đa.

彼比丘無如無解。若犯罪應如法治。更重增無知罪。語言。長老。汝無利不善得。汝說戒時不用心念不一心攝耳聽法。彼無知故。波逸提。

Bỉ tỳ-kheo vô như vô giải, nhược phạm tội ưng như pháp trị, cánh trùng tăng vô tri tội, ngứ ngôn: Trưởng lão, nhữ vô lợi bất thiện đắc. Nhữ thuyết giới thời bất dụng tâm niệm. Bất nhất tâm, nhiếp nhĩ thính pháp, bỉ vô tri cố, ba-dật-đề.

同羯磨後悔戒第七十四

若比丘。共同羯磨已。後如是語。諸比丘隨親厚。以眾僧物與者。波逸提。

Đồng yết-ma hậu hối giới đệ thất thập tứ

Nhược tỳ-kheo, cộng đồng yết-ma dĩ, hậu như thị ngữ: Chư tỳ-kheo tùy thân hậu, dĩ chúng tăng vật dữ giả, ba-dật-đề.

不與欲戒第七十五

若比丘。眾僧斷事未竟。不與欲而起去者。波逸提。

Bất dữ dục giới đệ thất thập ngũ

Nhược tỳ-kheo, chúng tăng đoạn sự vị cánh, bất dữ dục nhi khởi khứ giả, ba-dật-đề.

與欲後悔戒第七十六

若比丘與欲已。後悔者波逸提。

Dữ dục hậu hối giới đệ thất thập lục

 Nhược tỳ-kheo, dữ dục dĩ hậu hối giả, ba-dật-đề.

屏聽四諍戒第七十七

若比丘，知他比丘共鬥諍。聽此語已向彼說者，波逸提。

Bình thính tứ tránh giới đệ thất thập thất

 Nhược tỳ-kheo, tri tha tỳ-kheo cộng đấu tranh, thính thử ngữ dĩ, hướng bỉ thuyết giả, ba-dật-đề.

瞋打比丘戒第七十八

若比丘。瞋恚故不喜。打比丘者。波逸提。

Sân đả tỳ-kheo giới đệ thất thập bát

 Nhược tỳ-kheo, sân nhuế cố bất hỷ, đả tỳ-kheo giả, ba-dật-đề.

搏比丘戒第七十九

若比丘。瞋恚不喜。以手搏比丘者，波逸提。

Bác tỳ-kheo giới đệ thất thập cửu

 Nhược tỳ-kheo, sân nhuế bất hỷ, dĩ thủ bác tỳ-kheo giả, ba-dật-đề.

無根僧殘謗戒第八十

若比丘，瞋恚故。以無根僧伽婆尸沙法謗者。波逸提。

Vô căn tăng tàn báng giới đệ bát thập

Nhược tỳ-kheo, sân nhuế cố dĩ vô căn tăng-già bà-thi-sa pháp báng giả, ba-dật-đề.

突入王宮戒第八十一

若比丘，剎利水澆頭王種。王未出未藏寶而入。若過宮門閾者。波逸提。

Đột nhập vương cung giới đệ bát thập nhất

Nhược tỳ-kheo, sát-ly thủy kiêu đầu vương chủng, vương vị xuất, vị tàng bảo nhi nhập, nhược quá cung môn quắc giả, ba-dật-đề.

捉寶戒第八十二

若比丘若寶及寶莊飾具。若自捉，若教人捉。除僧伽藍中及寄宿處，波逸提。若比丘在僧伽藍中。若寄宿處。捉寶及寶莊飾具。自捉教人捉。當作是意。若有主識者當取。如是因緣非餘。

Tróc bảo giới đệ bát thập nhị

Nhược tỳ-kheo, nhược bảo cập bảo trang sức cụ, nhược tự tróc, nhược giáo nhân tróc, trừ tăng-già-lam trung cập ký túc xứ, ba-dật-đề. Nhược tỳ-kheo, tại tăng-già-lam trung nhược ký túc xứ, tróc bảo cập bảo trang sức cụ, tự tróc, giáo nhân tróc, ưng tác thị ý, nhược hữu chủ thức giả đương thủ, như thị nhân duyên phi dư.

非時入聚落戒第八十三

若比丘。非時入聚落。不囑餘比丘者。波逸提。

Phi thời nhập tụ lạc giới đệ bát thập tam

> Nhược tỳ-kheo, phi thời nhập tụ lạc, bất chúc dư tỳ-kheo giả, ba-dật-đề.

過量牀足戒第八十四

若比丘作繩牀木牀。足應高如來八指，除入陛孔上。截竟若過者波逸提。

Quá lượng sàng túc giới đệ bát thập tứ

> Nhược tỳ-kheo, tác thằng sàng, mộc sàng, túc ưng cao Như Lai bát chỉ, trừ nhập bệ khổng thượng, tiệt cánh, nhược quá giả, ba-dật-đề.

兜羅緜貯牀褥戒第八十五

若比丘。持兜羅緜貯作繩牀，木牀，臥具褥者，波逸提。

Đâu-la-miên trữ sàng nhục giới đệ bát thập ngũ

> Nhược tỳ-kheo, trì đâu-la-miên trữ tác thằng sàng, mộc sàng, ngọa cụ nhục giả, ba-dật-đề.

骨牙角針筒戒第八十六

若比丘用骨牙角作針筒，刳刮。成者，波逸提。

Cốt nha giác châm đồng giới đệ bát thập lục

> Nhược tỳ-kheo, dụng cốt nha giác tác châm đồng, khô quát. Thành giả, ba-dật-đề.

過量尼師檀戒第八十七

若比丘作尼師檀。當應量作。是中量者。長佛二磔手。廣一磔手半。更增廣長各半磔手。若過成者，波逸提。

Quá lượng ni sư đàn đệ bát thập thất

>Nhược tỳ-kheo, tác ni sư đàn, ưng đương lượng tác, thị trung lượng giả, trường Phật nhị trách thủ quảng nhất trách thủ bán, cánh tăng quảng trường các bán trách thủ. Nhược quá thành giả, ba-dật-đề.

覆瘡衣過量戒第八十八

若比丘作覆瘡衣。當應量作。是中量者。長佛四磔手。廣二磔手。若過成者，波逸提。

Phú sang y quá lượng giới đệ bát thập bát

>Nhược tỳ-kheo, tác phú sang y, ưng đương lượng tác, thị trung lượng giả trường Phật tứ trách thủ, quảng nhị trách thủ, nhược quá thành giả, ba-dật-đề.

雨浴衣過量戒第八十九

若比丘作雨浴衣。當應量作。是中量者。長佛六磔手。廣二磔手半。若過成者，波逸提。

Vũ dục y quá lượng giới đệ bát thập cửu

>Nhược tỳ-kheo, tác vũ dục y, ưng đương lượng tác, thị trung lượng giả trường Phật lục trách thủ, quảng nhị trách thủ bán, nhược quá thành giả, ba-dật-đề.

與佛等量作衣戒第九十

若比丘與如來等量作衣。若過量作者。波逸

提。是中如來衣量者。長佛九磔手。廣六磔手。是謂如來衣量。

Dữ Phật đẳng lượng tác y giới đệ cửu thập

> Nhược tỳ-kheo, dữ Như Lai đẳng lượng tác y. Nhược quá lượng tác giả, ba-dật-đề. Thị trung Như Lai y lượng giả, trường Phật cửu trách thủ, quảng lục trách thủ, thị vị Như Lai y lượng.

諸大德。我已說九十波逸提法。今問諸大德。是中清淨不。

> Chư đại đức! Ngã dĩ thuyết cửu thập ba-dật-đề pháp, kim vấn chư đại đức, thị trung thanh tịnh phủ?

(如是三說)

> (Như thị tam thuyết.)

諸大德。是中清淨。默然故。是事如是持。

> Chư đại đức, thị trung thanh tịnh mặc nhiên cố. Thị sự như thị trì.

四波羅提提舍尼法

Tứ ba-la-đề đề-xá-ni pháp

諸大德。是四波羅提提舍尼法。半月半月說，戒經中來。

> Chư đại đức, thị tứ ba-la-đề đề-xá-ni pháp, bán nguyệt bán nguyệt thuyết, Giới kinh trung lai.

在俗家從非親尼取食戒第一

若比丘入村中。從非親里比丘尼。無病自手取食食者。是比丘應向餘比丘悔過言。大德。我犯可呵法所不應為。我今向大德悔過。是名悔過法。

Tại tục gia tùng phi thân ni thủ tự giới đệ nhất

Nhược tỳ-kheo, nhập thôn trung, tùng phi thân lý tỳ-kheo ni, vô bệnh tự thủ, thủ tự thực giả, thị tỳ-kheo ưng hướng dư tỳ-kheo hối quá ngôn: Đại đức, ngã phạm khả ha pháp, sở bất ưng vi. Ngã kim hướng đại đức hối quá. Thị danh hối quá pháp.

在俗家偏心授食戒第二

若比丘至白衣家內食。是中有比丘尼指示。與某甲羹與某甲飯。是比丘應語彼比丘尼如是言。大姊。且止須諸比丘食竟。若無一比丘語彼比丘尼者。是比丘應向餘比丘悔過言。大德。我犯可呵法所不應為。我今向大德悔過。是名悔過法。

Tại tục gia thiên tâm thọ thực giới đệ nhị

Nhược tỳ-kheo, chí bạch y gia nội thực. Thị trung hữu tỳ-kheo ni chỉ thị, dữ mỗ giáp canh dữ mỗ giáp phạn. Thị tỳ-kheo ưng ngứ bỉ tỳ-kheo ni như thị ngôn: Đại tỷ, thả chỉ. Tu chư tỳ-kheo thực cánh. Nhược vô nhất tỳ-kheo ngứ bỉ tỳ-kheo ni giả, thị tỳ-kheo ưng hướng dư tỳ-kheo hối quá ngôn: Đại đức, ngã phạm khả ha pháp, sở bất ưng vi. Ngã kim hướng đại đức hối quá. Thị danh hối quá pháp.

學家過受戒第三

若先作學家羯磨。若比丘於如是學家。先不請，無病自手受食食者。是比丘應向餘比丘悔過言。大德。我犯可呵法所不應為。我今向大德悔過。是名悔過法。

Học gia quá thọ giới đệ tam

Nhược tiên tác học gia yết-ma. Nhược tỳ-kheo, ư như thị học gia, tiên bất thỉnh, vô bệnh, tự thủ thọ tự thực giả. Thị tỳ-kheo ưng hướng dư tỳ-kheo hối quá ngôn: Đại đức, ngã phạm khả ha pháp, sở bất ưng vi. Ngã kim hướng đại đức hối quá. Thị danh hối quá pháp.

有難蘭若受食戒第四

若比丘在阿蘭若迥遠，有疑恐怖處住。若比丘在如是阿蘭若處住。先不語檀越。若僧伽藍外不受食。在僧伽藍內。無病自手受食食者。是比丘應向餘比丘悔過言。大德。我犯可呵法所不應為。我今向大德悔過。是名悔過法。

Hữu nạn lan-nhã thọ thực giới đệ tứ

Nhược tỳ-kheo, tại a-lan-nhã hồi viễn, hữu nghi khủng bố xứ trụ, Nhược tỳ-kheo, tại như thị a-lan-nhã xứ trụ, tiên bất ngữ đàn việt, nhược tăng-già-lam ngoại bất thọ thực, tại tăng-già-lam nội vô bệnh tự thủ, thọ tự thực giả, thị tỳ-kheo ưng hướng dư tỳ-kheo hối quá ngôn: Đại đức, ngã phạm khả ha pháp, sở bất ưng vi. Ngã kim hướng đại đức hối quá. Thị danh hối quá pháp.

諸大德我已說四波羅提提舍尼法。今問諸大德。是中清淨不。

> Chư đại đức! Ngã dĩ thuyết tứ ba-la-đề đề-xá-ni pháp, kim vấn chư đại đức thị trung thanh tịnh phủ?

(如是三說。)

> (Như thị tam thuyết.)

諸大德。是中清淨。默然故。是事如是持。

> Chư đại đức, thị trung thanh tịnh mặc nhiên cố. Thị sự như thị trì.

百眾學法

Bách chúng học pháp

諸大德。此眾學戒法。半月半月說戒經中來。

> Chư đại đức! Thử chúng học giới pháp, bán nguyệt bán nguyệt thuyết, Giới kinh trung lai.

齊整著涅槃僧戒第一

齊整著涅槃僧衣，應當學。

Tề chỉnh trước Niết-bàn tăng giới đệ nhất

> Tề chỉnh trước Niết-bàn tăng y, ưng đương học.

齊整著三衣戒第二

齊整著三衣，應當學。

Tề chỉnh trước tam y giới đệ nhị

> Tề chỉnh trước tam y, ưng đương học.

反抄衣戒第三

不得反抄衣行入白衣舍，應當學。

Phản sao y giới đệ tam

    Bất đắc phản sao y hành, nhập bạch y xá, ưng đương học.

反抄衣坐戒第四

不得反抄衣入白衣舍坐，應當學。

Phản sao y tọa giới đệ tứ

    Bất đắc phản sao y, nhập bạch y xá tọa, ưng đương học.

衣纏頸戒第五

不得衣纏頸入白衣舍，應當學。

Y triền cảnh giới đệ ngũ

    Bất đắc y triền cảnh nhập bạch y xá, ưng đương học.

衣纏頸坐戒第六

不得衣纏頸入白衣舍坐，應當學。

Y triền cảnh tọa giới đệ lục

    Bất đắc y triền cảnh nhập bạch y xá tọa, ưng đương học.

覆頭戒第七

不得覆頭入白衣舍，應當學。

Phú đầu giới đệ thất

    Bất đắc phú đầu nhập bạch y xá, ưng đương học.

覆頭坐戒第八

不得覆頭入白衣舍坐，應當學。

Phú đầu tọa giới đệ bát

    Bất đắc phú đầu nhập bạch y xá tọa, ưng đương học.

跳行戒第九

不得跳行入白衣舍，應當學。

Khiêu hành giới đệ cửu

    Bất đắc khiêu hành nhập bạch y xá, ưng đương học.

跳行坐戒第十

不得跳行入白衣舍坐，應當學。

Khiêu hành tọa giới đệ thập

    Bất đắc khiêu hành nhập bạch y xá tọa, ưng đương học.

蹲坐戒第十一

不得白衣舍內蹲坐，應當學。

Tồn tọa giới đệ thập nhất

    Bất đắc bạch y xá nội tồn tọa, ưng đương học.

叉腰戒第十二

不得叉腰行入白衣舍，應當學。

Xoa yêu giới đệ thập nhị

    Bất đắc xoa yêu hành nhập bạch y xá, ưng đương học.

叉腰坐戒第十三

不得叉腰入白衣舍坐，應當學。

Xoa yêu tọa giới đệ thập tam

 Bất đắc xoa yêu nhập bạch y xá tọa, ưng đương học.

搖身戒第十四

不得搖身行入白衣舍，應當學。

Diêu thân giới đệ thập tứ

 Bất đắc diêu thân hành nhập bạch y xá, ưng đương học.

搖身坐戒第十五

不得搖身行入白衣舍坐，應當學。

Diêu thân tọa giới đệ thập ngũ

 Bất đắc diêu thân hành nhập bạch y xá tọa, ưng đương học.

掉臂戒第十六

不得掉臂行入白衣舍，應當學。

Điệu tý giới đệ thập lục

 Bất đắc điệu tý hành nhập bạch y xá, ưng đương học.

掉臂坐戒第十七

不得掉臂行入白衣舍坐，應當學。

Điệu tý tọa giới đệ thập thất

 Bất đắc điệu tý hành nhập bạch y xá tọa, ưng đương học.

覆身戒第十八

好覆身入白衣舍，應當學。

Phú thân giới đệ thập bát

Hảo phú thân nhập bạch y xá, ưng đương học.

覆身坐戒第十九

好覆身入白衣舍坐，應當學。

Phú thân tọa giới đệ thập cửu

Hảo phú thân nhập bạch y xá tọa, ưng đương học.

左右顧視戒第二十

不得左右顧視行入白衣舍，應當學。

Tả hữu cố thị giới đệ nhị thập

Bất đắc tả hữu cố thị hành nhập bạch y xá, ưng đương học.

左右顧視坐戒第二十一

不得左右顧視行入白衣舍坐，應當學。

Tả hữu cố thị tọa giới đệ nhị thập nhất

Bất đắc tả hữu cố thị hành nhập bạch y xá tọa, ưng đương học.

靜默戒第二十二

靜默入白衣舍，應當學。

Tĩnh mặc giới đệ nhị thập nhị

Tĩnh mặc nhập bạch y xá, ưng đương học.

靜默坐戒第二十三

靜默入白衣舍坐，應當學。

Tĩnh mặc tọa giới đệ nhị thập tam

Tĩnh mặc nhập bạch y xá tọa, ưng đương học.

戲笑戒第二十四

不得戲笑行入白衣舍，應當學。

Hý tiếu giới đệ nhị thập tứ

 Bất đắc hý tiếu hành nhập bạch y xá, ưng đương học.

戲笑坐戒第二十五

不得戲笑行入白衣舍坐，應當學。

Hý tiếu tọa giới đệ nhị thập ngũ

 Bất đắc hý tiếu hành nhập bạch y xá tọa, ưng đương học.

用意受食戒第二十六

用意受食，應當學。

Dụng ý thọ thực giới đệ nhị thập lục

 Dụng ý thọ thực, ưng đương học.

平缽受飯戒第二十七

平缽受飯，應當學。

Bình bát thọ phạn giới đệ nhị thập thất

 Bình bát thọ phạn, ưng đương học.

平缽受羹戒第二十八

平缽受羹，應當學。

Bình bát thọ canh giới đệ nhị thập bát

 Bình bát thọ canh, ưng đương học.

羹飯等食戒第二十九

羹飯等食，應當學。

Canh phạn đẳng thực giới đệ nhị thập cửu

    Canh phạn đẳng thực, ưng đương học.

以次食戒第三十

以次食，應當學。

Dĩ thứ thực giới đệ tam thập

    Dĩ thứ thực, ưng đương học.

不挑缽中食戒第三十一

不得挑缽中而食，應當學。

Bất thao bát trung thực giới đệ tam thập nhất

    Bất đắc thao bát trung nhi thực, ưng đương học.

索羹飯戒第三十二

若比丘無病。不得為己索羹飯，應當學。

Sách canh phạn giới đệ tam thập nhị

    Nhược tỳ-kheo, vô bệnh, bất đắc vị kỷ sách canh phạn, ưng đương học.

飯覆羹戒第三十三

不得以飯覆羹更望得，應當學。

Phạn phú canh giới đệ tam thập tam

    Bất đắc dĩ phạn phú canh cánh vọng đắc, ưng đương học.

視比座缽戒第三十四

不得視比座缽中食，起嫌心，應當學。

Thị tỷ tòa bát giới đệ tam thập tứ

    Bất đắc thị tỷ tòa bát trung thực, khởi hiềm tâm, ưng đương học.

繫缽想食戒第三十五

當繫缽想食，應當學。

Hệ bát tưởng thực giới đệ tam thập ngũ

    Đương hệ bát tưởng thực, ưng đương học.

大摶食戒第三十六

不得大摶飯食，應當學。

Đại đoàn thực giới đệ tam thập lục

    Bất đắc đại đoàn phạn thực, ưng đương học.

張口待食戒第三十七

不得大張口待飯食，應當學。

Trương khẩu đãi thực giới đệ tam thập thất

    Bất đắc đại trương khẩu đãi phạn thực, ưng đương học.

含飯語戒第三十八

不得含飯語，應當學。

Hàm phạn ngứ giới đệ tam thập bát

    Bất đắc hàm phạn ngứ, ưng đương học.

遙擲口中食戒第三十九

不得摶飯遙擲口中，應當學。

Diêu trịch khẩu trung thực giới đệ tam thập cửu

    Bất đắc đoàn phạn diêu trịch khẩu trung, ưng đương học.

遺落食戒第四十

不得遺落飯食，應當學。

Di lạc thực giới đệ tứ thập

    Bất đắc di lạc phạn thực, ưng đương học.

頰食戒第四十一

不得頰飯食，應當學。

Giáp thực giới đệ tứ thập nhất

    Bất đắc giáp phạn thực, ưng đương học.

嚼飯作聲戒第四十二

不得嚼飯作聲食，應當學。

Tước phạn tác thanh giới đệ tứ thập nhị

    Bất đắc tước phạn tác thanh thực, ưng đương học.

噏飯食戒第四十三

不得大噏飯食，應當學。

Hấp phạn thực giới đệ tứ thập tam

    Bất đắc đại hấp phạn thực, ưng đương học.

舌舐食戒第四十四

不得舌舐食，應當學。

Thiệt thỉ thực giới đệ tứ thập tứ

    Bất đắc thiệt thỉ thực, ưng đương học.

振手食戒第四十五

不得振手食，應當學。

Chấn thủ thực giới đệ tứ thập ngũ

    Bất đắc chấn thủ thực, ưng đương học.

把散飯食戒第四十六

不得手把散飯食，應當學。

Bả tán phạn thực giới đệ tứ thập lục

    Bất đắc thủ bả tán phạn thực, ưng đương học.

污手捉食器戒第四十七

不得污手捉飲器，應當學。

Ô thủ tróc thực khí giới đệ tứ thập thất

    Bất đắc ô thủ tróc phạn khí, ưng đương học.

棄洗缽水戒第四十八

不得洗缽水棄白衣舍內，應當學。

Khí tẩy bát thủy giới đệ tứ thập bát

    Bất đắc tẩy bát thủy khí bạch y xá nội, ưng đương học.

生葉上大小便戒第四十九

不得生草葉上大小便涕唾。除病，應當學。

Sanh thảo thượng đại tiểu tiện giới đệ tứ thập cửu

    Bất đắc sanh thảo diệp thượng, đại tiểu tiện, thế thóa, trừ bệnh, ưng đương học.

水中大小便戒第五十

不得水中大小便涕唾。除病，應當學。

Thủy trung đại tiểu tiện giới đệ ngũ thập

    Bất đắc thủy trung đại tiểu tiện thế thóa, trừ bệnh, ưng đương học.

立大小便戒第五十一

不得立大小便，除病，應當學。

Lập đại tiểu tiện giới đệ ngũ thập nhất

    Bất đắc lập đại tiểu tiện, trừ bệnh, ưng đương học.

反抄衣人說法戒第五十二

不得與反抄衣不恭敬人說法。除病，應當學。

Phản sao y nhân thuyết pháp giới đệ ngũ thập nhị

    Bất đắc dữ phản sao y, bất cung kính nhân thuyết pháp, trừ bệnh, ưng đương học.

衣纏頸人說法戒第五十三

不得為衣纏頸者說法。除病，應當學。

Y triền cảnh nhân thuyết pháp giới đệ ngũ thập tam

    Bất đắc vị y triền cảnh giả thuyết pháp, trừ bệnh, ưng đương học.

覆頭人說法戒第五十四

不得為覆頭者說法。除病，應當學。

Phú đầu nhân thuyết pháp giới đệ ngũ thập tứ

    Bất đắc vị phú đầu giả thuyết pháp, trừ bệnh, ưng đương học.

裹頭人說法戒第五十五

不得為裹頭者說法。除病，應當學。

Lý đầu nhân thuyết pháp giới đệ ngũ thập ngũ

    Bất đắc vị lý đầu giả thuyết pháp, trừ bệnh, ưng đương học.

叉腰人說法戒第五十六

不得為叉腰者說法。除病，應當學。

Xoa yêu nhân thuyết pháp giới đệ ngũ thập lục

    Bất đắc vị xoa yêu giả thuyết pháp, trừ bệnh, ưng đương học.

著革屣人說法戒第五十七

不得為著革屣者說法。除病，應當學。

Trước cách tỷ nhân thuyết pháp giới đệ ngũ thập thất

    Bất đắc vị trước cách tỷ giả thuyết pháp, trừ bệnh, ưng đương học.

著木屐人說法戒第五十八

不得為著木屐者說法。除病，應當學。

Trước mộc kịch nhân thuyết pháp giới đệ ngũ thập bát

    Bất đắc vị trước mộc kịch giả thuyết pháp, trừ bệnh, ưng đương học.

騎乘人說法戒第五十九

不得為騎乘者說法。除病，應當學。

Kỵ thừa nhân thuyết pháp giới đệ ngũ thập cửu

Bất đắc vị kỵ thừa giả thuyết pháp, trừ bệnh, ưng đương học.

佛塔中宿戒第六十

不得在佛塔中止宿，除為守護故，應當學。

Phật tháp trung túc giới đệ lục thập

Bất đắc tại Phật tháp trung chỉ túc, trừ vi thủ hộ cố, ưng đương học.

藏物塔中戒第六十一

不得藏財物置佛塔中。除為堅牢故，應當學。

Tàng vật tháp trung giới đệ lục thập nhất

Bất đắc tàng tài vật trí Phật tháp trung, trừ vi kiên lao cố, ưng đương học.

著革屣入塔中戒第六十二

不得著革屣入佛塔中，應當學。

Trước cách tỷ nhập tháp trung giới đệ lục thập nhị

Bất đắc trước cách tỷ nhập Phật tháp trung, ưng đương học.

捉革屣入塔中戒第六十三

不得手捉革屣入佛塔中，應當學。

Tróc cách tỷ nhập tháp trung giới đệ lục thập tam

Bất đắc thủ tróc cách tỷ nhập Phật tháp trung, ưng đương học.

著革屣繞塔行戒第六十四

不得著革屣繞佛塔行，應當學。

Trước cách tỷ nhiễu tháp hành giới đệ lục thập tứ

Bất đắc trước cách tỷ nhiễu Phật tháp hành, ưng đương học.

著富羅入塔中戒第六十五

不得著富羅入佛塔中，應當學。

Trước phú-la nhập tháp trung giới đệ lục thập ngũ

Bất đắc trước phú-la nhập Phật tháp trung, ưng đương học.

捉富羅入塔中戒第六十六

不得捉富羅入佛塔中，應當學。

Tróc phú-la nhập tháp trung giới đệ lục thập lục

Bất đắc tróc phú-la nhập Phật tháp trung, ưng đương học.

塔下坐留食戒第六十七

不得佛塔下坐食，留草及食污地，應當學。

Tháp hạ tọa lưu tự giới đệ lục thập thất

Bất đắc Phật tháp hạ tọa thực, lưu thảo cập tự ố địa, ưng đương học.

塔下擔死屍過戒第六十八

不得擔死屍從佛塔下過，應當學。

Tháp hạ đảm tử thi quá giới đệ lục thập bát

Bất đắc đảm tử thi tùng Phật tháp hạ quá, ưng đương học.

塔下埋死屍戒第六十九

不得在佛塔下埋死屍，應當學。

Tháp hạ mai tử thi giới đệ lục thập cửu

Bất đắc tại Phật tháp hạ mai tử thi, ưng đương học.

塔下燒死屍戒第七十

不得在佛塔下燒死屍，應當學。

Tháp hạ thiêu tử thi giới đệ thất thập

Bất đắc tại Phật tháp hạ thiêu tử thi, ưng đương học.

向塔燒死屍戒第七十一

不得向佛塔燒死屍，應當學。

Hướng tháp thiêu tử thi giới đệ thất thập nhất

Bất đắc hướng Phật tháp thiêu tử thi, ưng đương học.

繞塔四邊燒死屍戒第七十二

不得佛塔四邊燒死屍使臭氣來入，應當學。

Nhiễu tháp tứ biên thiêu tử thi giới đệ thất thập nhị

Bất đắc Phật tháp tứ biên thiêu tử thi sử xú khí lai nhập, ưng đương học.

持死人衣牀塔下過戒第七十三

不得持死人衣及牀從佛塔下過。除浣染香薰，應當學。

Trì tử nhân y sàng tháp hạ quá giới đệ thất thập tam

Bất đắc trì tử nhân y cập sàng tùng Phật tháp hạ quá, trừ hoán nhiễm hương huân, ưng đương học.

塔下大小便戒第七十四

不得佛塔下大小便，應當學。

Tháp hạ đại tiểu tiện giới đệ thất thập tứ

Bất đắc Phật tháp hạ đại tiểu tiện, ưng đương học.

向塔大小便戒第七十五

不得向佛塔大小便，應當學。

Hướng tháp đại tiểu tiện giới đệ thất thập ngũ

Bất đắc hướng Phật tháp đại tiểu tiện, ưng đương học.

繞塔四邊大小便戒第七十六

不得繞佛塔四邊大小便使臭氣來入，應當學。

Nhiễu tháp tứ biên đại tiểu tiện giới đệ thất thập lục

Bất đắc nhiễu Phật tháp tứ biên đại tiểu tiện sử xú khí lai nhập, ưng đương học.

持佛像至大小便戒第七十七

不得持佛像至大小便處，應當學。

Trì Phật tượng chí đại tiểu tiện giới đệ thất thập thất

Bất đắc trì Phật tượng chí đại tiểu tiện xứ, ưng đương học.

塔下嚼楊枝戒第七十八

不得在佛塔下嚼楊枝，應當學。

Tháp hạ tước dương chi giới đệ thất thập bát

    Bất đắc tại Phật tháp hạ tước dương chi, ưng đương học.

向塔嚼楊枝戒第七十九

不得向佛塔嚼楊枝，應當學。

Hướng tháp tước dương chi giới đệ thất thập cửu

    Bất đắc hướng Phật tháp tước dương chi, ưng đương học.

繞塔四邊嚼楊枝戒第八十

不得佛塔四邊嚼楊枝，應當學。

Nhiễu tháp tứ biên tước dương chi giới đệ bát thập

    Bất đắc Phật tháp tứ biên tước dương chi, ưng đương học.

塔下涕唾戒第八十一

不得在佛塔下涕唾，應當學。

Tháp hạ thế thóa giới đệ bát thập nhất

    Bất đắc tại Phật tháp hạ thế thóa, ưng đương học.

向塔涕唾戒第八十二

不得向佛塔涕唾，應當學。

Hướng tháp thế thóa giới đệ bát thập nhị

    Bất đắc hướng Phật tháp thế thóa, ưng đương học.

繞塔四邊涕唾戒第八十三

不得佛塔四邊涕唾，應當學。

Nhiễu tháp tứ biên thế thóa giới đệ bát thập tam

Bất đắc Phật tháp tứ biên thế thóa, ưng đương học.

向塔舒腳戒第八十四

不得向佛塔舒腳坐，應當學。

Hướng tháp thư cước giới đệ bát thập tứ

Bất đắc hướng Phật tháp thư cước tọa, ưng đương học.

安佛下房戒第八十五

不得安佛像在下房。己在上房住，應當學。

An Phật hạ phòng giới đệ bát thập ngũ

Bất đắc an Phật tượng tại hạ phòng, kỷ tại thượng phòng trụ, ưng đương học.

人坐己立說法戒第八十六

人坐己立。不得為說法。除病，應當學。

Nhân tọa kỷ lập thuyết pháp giới đệ bát thập lục

Nhân tọa kỷ lập, bất đắc vị thuyết pháp, trừ bệnh, ưng đương học.

人臥己坐說法戒第八十七

人臥己坐。不得為說法。除病，應當學。

Nhân ngọa kỷ tọa thuyết pháp giới đệ bát thập thất

Nhân ngọa kỷ tọa, bất đắc vị thuyết pháp, trừ bệnh, ưng đương học.

人在座己在非座說法戒第八十八

人在座己在非座。不得為說法。除病，應當學。

Nhân tại tòa kỷ tại phi tòa thuyết pháp giới đệ bát thập bát

>Nhân tại tòa, kỷ tại phi tòa, bất đắc vị thuyết pháp, trừ bệnh, ưng đương học.

人在高座說法戒第八十九

人在高座己在下座。不得為說法。除病，應當學。

Nhân tại cao tòa thuyết pháp giới đệ bát thập cửu

>Nhân tại cao tòa, kỷ tại hạ tòa, bất đắc vị thuyết pháp, trừ bệnh, ưng đương học.

人在前行說法戒第九十

人在前行己在後。不得為說法。除病，應當學。

Nhân tại tiền hành thuyết pháp giới đệ cửu thập

>Nhân tại tiền hành, kỷ tại hậu, bất đắc vị thuyết pháp, trừ bệnh, ưng đương học.

人在高經行處說法戒第九十一

人在高經行處己在下經行處。不得為說法。除病，應當學。

Nhân tại cao kinh hành xứ thuyết pháp giới đệ cửu thập nhất

> *Nhân tại cao kinh hành xứ, kỷ tại hạ kinh hành xứ, bất đắc vị thuyết pháp, trừ bệnh, ưng đương học.*

人在道說法戒第九十二

人在道已在非道。不得為說法。除病，應當學。

Nhân tại đạo thuyết pháp giới đệ cửu thập nhị

> *Nhân tại đạo, kỷ tại phi đạo, bất đắc vị thuyết pháp, trừ bệnh, ưng đương học.*

攜手道行戒第九十三

不得攜手在道行，應當學。

Huề thủ đạo hành giới đệ cửu thập tam

> *Bất đắc huề thủ tại đạo hành, ưng đương học.*

上樹過人頭戒第九十四

不得上樹過人頭。除時因緣，應當學。

Thướng thọ quá nhân đầu giới đệ cửu thập tứ

> *Bất đắc thướng thọ quá nhân đầu, trừ thời nhân duyên, ưng đương học.*

擔杖絡囊戒第九十五

不得絡囊盛缽貫。扙頭著肩上而行，應當學。

Đảm trượng lạc nan giới đệ cửu thập ngũ

> *Bất đắc lạc nan thạnh bát quán, trượng đầu trước kiên thượng nhi hành, ưng đương học.*

持杖人說法戒第九十六

人持杖不恭敬。不應為說法。除病，應當學。

Trì trượng nhân thuyết pháp giới đệ cửu thập lục

Nhân trì trượng bất cung kính, bất ưng vị thuyết pháp, trừ bệnh, ưng đương học.

持劍人說法戒第九十七

人持劍。不應為說法。除病，應當學。

Trì kiếm nhân thuyết pháp giới đệ cửu thập thất

Nhân trì kiếm, bất ưng vị thuyết pháp, trừ bệnh, ưng đương học.

持矛人說法戒第九十八

人持矛。不應為說法。除病，應當學。

Trì mâu nhân thuyết pháp giới đệ cửu thập bát

Nhân trì mâu bất ưng vị thuyết pháp, trừ bệnh, ưng đương học.

持刀人說法戒第九十九

人持刀。不應為說法。除病，應當學。

Trì đao nhân thuyết pháp giới đệ cửu thập cửu

Nhân trì đao bất ưng vị thuyết pháp, trừ bệnh, ưng đương học.

持蓋人說法戒第一百

人持蓋。不應為說法。除病，應當學。

Trì cái nhân thuyết pháp giới đệ nhất bách

Nhân trì cái bất ưng vị thuyết pháp, trừ bệnh, ưng đương học.

諸大德。我已說眾學戒法。今問。諸大德。是中清淨不。

Chư đại đức! Ngã dĩ thuyết chúng học giới pháp. Kim vấn chư đại đức, thị trung thanh tịnh phủ?

(如是三說。)

(Như thị tam thuyết.)

諸大德。是中清淨。默然故。是事如是持。

Chư đại đức, thị trung thanh tịnh, mặc nhiên cố, thị sự như thị trì.

七滅諍法
Thất diệt tránh pháp

諸大德。是七滅諍法。半月半月說戒經中來。

Chư đại đức! Thị thất diệt tránh pháp, bán nguyệt bán nguyệt thuyết, Giới kinh trung lai.

若有諍事起。即應除滅。

Nhược hữu tránh sự khởi tức ưng trừ diệt.

第一諍法

應與現前毘尼。當與現前毘尼。

Đệ nhất tránh pháp

Ưng dữ hiện tiền tỳ-ni, đương dữ hiện tiền tỳ-ni.

第二諍法

應與憶念毘尼。當與憶念毘尼。

Đệ nhị tránh pháp

 Ưng dữ ức niệm tỳ-ni, đương dữ ức niệm tỳ-ni.

第三諍法

應與不癡毘尼。當與不癡毘尼。

Đệ tam tránh pháp

 Ưng dữ bất si tỳ-ni, đương dữ bất si tỳ-ni.

第四諍法

應與自言治。當與自言治。

Đệ tứ tránh pháp

 Ưng dữ tự ngôn trị, đương dữ tự ngôn trị.

第五諍法

應與覓罪相。當與覓罪相。

Đệ ngũ tránh pháp

 Ưng dữ mịch tội tướng, đương dữ mịch tội tướng.

第六諍法

應與多人覓罪。當與多人覓罪。

Đệ lục tránh pháp

 Ưng dữ đa nhân mịch tội, đương dữ đa nhân mịch tội.

第七諍法

應與如草覆地。當與如草覆地。

Đệ thất tránh pháp

> Ưng dữ như thảo phú địa, đương dữ như thảo phú địa.

諸大德。我已說七滅諍法。今問。諸大德。是中清淨不。

> Chư đại đức! Ngã dĩ thuyết thất diệt tránh pháp, kim vấn chư đại đức thị trung thanh tịnh phủ?

(如是三說。)

> (Như thị tam thuyết.)

諸大德。是中清淨。默然故。是事如是持。

> Chư đại đức thị trung thanh tịnh mặc nhiên cố, thị sự như thị trì.

諸佛教戒
Chư Phật giáo giới

諸大德。我已說戒經序。已說四波羅夷法。已說十三僧伽婆尸沙法。已說二不定法。已說三十尼薩耆波逸提法。已說九十波逸提法。已說四波羅提提舍尼法。已說眾學戒法。已說七滅諍法。

> Chư đại đức, ngã dĩ thuyết giới kinh tự, dĩ thuyết tứ ba-la-di pháp, dĩ thuyết thập tam tăng-già bà-thi-sa pháp, dĩ thuyết nhị bất định pháp, dĩ thuyết tam thập ni-tát-kỳ ba-dật-đề pháp, dĩ thuyết cửu thập ba-dật-đề pháp, dĩ thuyết tứ ba-la-đề đề-xá-ni pháp, dĩ thuyết chúng học giới pháp, dĩ thuyết thất diệt tránh pháp.

此是佛所說戒經。半月半月說戒經中來。若更有餘佛法。是中皆共和合應當學。

> *Thử thị Phật sở thuyết Giới kinh, bán nguyệt bán nguyệt thuyết, Giới kinh trung lai. Nhược cánh hữu dư Phật pháp, thị trung giai cộng hòa hiệp, ưng đương học.*

忍辱第一道
佛說無為最
出家惱他人
不名為沙門。

> *Nhẫn nhục đệ nhất đạo,*
> *Phật thuyết vô vi tối.*
> *Xuất gia, não tha nhân,*
> *Bất danh vi sa-môn.*

此是毘婆尸如來無所著等正覺。說是戒經。

> *Thử thị Tỳ-bà-thi Như Lai Vô sở trước Đẳng chánh giác thuyết thị Giới kinh.*

譬如明眼人
能避嶮惡道
世有聰明人
能遠離諸惡

> *Thí như minh nhãn nhân,*
> *Năng ty hiểm ác đạo.*
> *Thế hữu thông minh nhân,*
> *Năng viễn ly chư ác.*

此是尸棄如來無所著等正覺。說是戒經。

Thử thị Thi-khí Như Lai Vô sở trước Đẳng chánh giác thuyết thị Giới kinh.

不謗亦不嫉
當奉行於戒
飲食知止足
常樂在空閑
心定樂精進
是名諸佛教

Bất báng diệc bất đố,
Đương phụng hành ư giới.
Phạn thực tri chỉ túc,
Thường lạc tại không nhàn.
Tâm định nhạo tinh tấn,
Thị danh chư Phật giáo.

此是毘棄羅如來無所著等正覺。說是戒經。

Thử thị Tỳ-khí-la Như Lai vô sở trước đẳng chánh giác. Thuyết thị Giới kinh.

譬如蜂採華
不壞色與香
但取其味去

Thí như phong thái hoa,
Bất hoại sắc dữ hương,
Đản thủ kỳ vị khứ,

比丘入聚然
不違戾他事
不觀作不作

Tỳ-kheo nhập tụ nhiên,

Bất vi lệ tha sự,
Bất quan tác bất tác,

但自觀身行
若正若不正

Đản tự quan thân hành,
Nhược chánh nhược bất chánh.

此是拘樓孫如來無所著等正覺。說是戒經。

Thử thị Câu-lưu-tôn Như Lai Vô sở trước Đẳng chánh giác thuyết thị Giới kinh.

心莫作放逸
聖法當勤學
如是無憂愁
心定入涅槃

Tâm mạc tác phóng dật,
Thánh pháp đương cần học,
Như thị vô ưu sầu,
Tâm định nhập Niết-bàn.

此是拘那含牟尼如來無所著等正覺。說是戒經。

Thử thị Câu-na-hàm Mâu-ni Như Lai Vô sở trước Đẳng chánh giác thuyết thị Giới kinh.

一切惡莫作
當奉行諸善
自淨其志意
是則諸佛教

Nhất thiết ác mạc tác,
Đương phụng hành chư thiện.

Tự tịnh kỳ chí ý,
Thị tắc chư Phật giáo.

此是迦葉如來無所著等正覺。說是戒經。

Thử thị Ca-diếp Như Lai Vô sở trước Đẳng chánh giác thuyết thị Giới kinh.

善護於口言
自淨其志意
身莫作諸惡
此三業道淨
能得如是行
是大仙人道

Thiện hộ ư khẩu ngôn,
Tự tịnh kỳ ý chí,
Thân mạc tác chư ác,
Thử tam nghiệp đạo tịnh,
Năng đắc như thị hạnh,
Thị đại tiên nhân đạo.

此是釋迦牟尼如來無所著等正覺。於十二年中。為無事僧說是戒經。

Thử thị Thích-ca Mâu-ni Như Lai Vô sở trước Đẳng chánh giác, ư thập nhị niên trung, vị vô sự tăng thuyết thị Giới kinh.

從是已後廣分別說。諸比丘。自為樂法樂沙門者。有慚有愧樂學戒者。當於中學。

Tùng thị dĩ hậu quảng phân biệt thuyết. Chư tỳ-kheo tự vi lạc pháp lạc sa-môn giả, hữu tàm hữu quý, nhạo học giới giả, đương ư trung học.

明人能護戒
能得三種樂
名譽及利養
死得生天上

> Minh nhân năng hộ giới,
> Năng đắc tam chủng lạc.
> Danh dự cập lợi dưỡng,
> Tử đắc sanh thiên thượng.

當觀如是處
有智勤護戒
戒淨有智慧
便得第一道

> Đương quán như thị xứ,
> Hữu trí cần hộ giới.
> Giới tịnh hữu trí huệ,
> Tiện đắc đệ nhất đạo.

如過去諸佛
及以未來者
現在諸世尊
能勝一切憂
皆共尊敬戒
此是諸佛法

> Như quá khứ chư Phật,
> Cập dĩ vị lai giả.
> Hiện tiền chư Thế Tôn,
> Năng thắng nhất thiết ưu.
> Giai cộng tôn kính giới,
> Thử thị chư Phật pháp.

若有自為身
欲求於佛道
當尊重正法
此是諸佛教

  Nhược hữu tự vị thân,
  Dục cầu ư Phật đạo,
  Đương tôn trọng chánh pháp,
  Thử thị chư Phật giáo.

七佛為世尊
滅除諸結使
說是七戒經
諸縛得解脫
已入於涅槃
諸戲永滅盡

  Thất Phật vi Thế Tôn,
  Diệt trừ chư kiết sử.
  Thuyết thị thất giới kinh,
  Chư triền đắc giải thoát.
  Dĩ nhập ư Niết-bàn,
  Chư hý vĩnh diệt tận.

尊行大仙說
聖賢稱譽戒
弟子之所行
入寂滅涅槃

  Tôn hành đại tiên thuyết,
  Thánh hiền xưng dự giới,
  Đệ tử chi sở hành,
  Nhập tịch diệt Niết-bàn.

Giới luật Tỳ-kheo

世尊涅槃時
興起於大悲
集諸比丘眾
與如是教誡

> Thế Tôn Niết-bàn thời,
> Hưng khởi ư đại bi.
> Tập chư tỳ-kheo chúng,
> Dữ như thị giáo giới.

莫謂我涅槃
淨行者無護
我今說戒經
亦善說毘尼

> Mạc vị ngã Niết-bàn,
> Tịnh hạnh giả vô hộ.
> Ngã kim thuyết giới kinh,
> Diệc thiện thuyết tỳ-ni.

我雖般涅槃
當視如世尊
此經久住世
佛法得熾盛

> Ngã tuy bát Niết-bàn,
> Đương thị như Thế Tôn.
> Thử kinh cửu trụ thế,
> Phật pháp đắc xí thạnh.

以是熾盛故
得入於涅槃
若不持此戒
如所應布薩

Dĩ thị xí thạnh cố,
Đắc nhập ư Niết-bàn.
Nhược bất trì thử giới,
Như sở ưng bố-tát.

喻如日沒時
世界皆闇冥
當護持是戒
如犛牛愛尾

Dụ như nhật một thời,
Thế giới giai ám minh.
Đương hộ trì thị giới,
Như mao ngưu ái vĩ.

和合一處坐
如佛之所說
我已說戒經
眾僧布薩竟

Hòa hiệp nhất xứ tọa,
Như Phật chi sở thuyết.
Ngã dĩ thuyết giới kinh,
Chúng tăng bố-tát cánh.

我今說戒經
所說諸功德
施一切眾生
皆共成佛道

Ngã kim thuyết giới kinh,
Sở thuyết chư công đức.
Thí nhất thiết chúng sanh,
Giai cộng thành Phật đạo.

MỤC LỤC

LỄ THỌ GIỚI TỲ-KHEO 5
   PHẦN HÁN VĂN 12
GIỚI LUẬT TỲ-KHEO 25
   I. PHẦN MỞ ĐẦU GIỚI KINH 25
   II. BỐN PHÁP BA-LA-DI 30
   III. MƯỜI BA PHÁP TĂNG-GIÀ BÀ-THI-SA 32
   IV. HAI PHÁP KHÔNG XÁC ĐỊNH 39
   V. BA MƯƠI PHÁP NI-TÁT-KỲ BA-DẬT-ĐỀ 40
   VI. CHÍN MƯƠI PHÁP BA-DẬT-ĐỀ 49
   VII. BỐN PHÁP BA-LA-ĐỀ ĐỀ-XÁ-NI 64
   VIII. MỘT TRĂM PHÁP CẦN PHẢI HỌC 66
   IX. BẢY PHÁP DỨT SỰ TRANH CÃI 75
   X. LỜI DẠY CỦA CHƯ PHẬT 77
   XI. BÀI KỆ KẾT THÚC LỄ TỤNG GIỚI 79

PHẦN HÁN VĂN 83

Lời thưa

Trong kinh Pháp Cú, đức Phật dạy rằng: "Pháp thí thắng mọi thí." Thực hành Pháp thí là chia sẻ, truyền rộng lời Phật dạy đến với mọi người. Mỗi người Phật tử đều có thể tùy theo khả năng để thực hành Pháp thí bằng những cách thức như sau:

1. Cố gắng học hiểu và thực hành những lời Phật dạy. Tự mình học hiểu càng sâu rộng thì việc chia sẻ, bố thí Pháp càng có hiệu quả lớn lao hơn. Nên nhớ rằng **việc đọc sách còn quan trọng hơn cả việc mua sách**.

2. Phải trân quý kinh điển, sách vở in ấn lời Phật dạy. Khi có điều kiện thì mua, thỉnh về nhà để tự mình và người trong gia đình đều có điều kiện học hỏi làm theo. Không nên giữ làm của riêng mà phải sẵn lòng chia sẻ, truyền rộng, khuyến khích nhiều người khác cùng đọc và học theo. Không nên để kinh sách nằm yên đóng bụi trên kệ sách, vì **kinh sách không có người đọc thì không thể mang lại lợi ích**.

3. Tùy theo khả năng mà đóng góp tài vật, công sức để hỗ trợ cho những người làm công việc biên soạn, dịch thuật, in ấn, lưu hành kinh sách, **để ngày càng có thêm nhiều kinh sách quý được in ấn, lưu hành**.

Thông thường, việc chi tiêu một số tiền nhỏ không thể mang lại lợi ích lớn, nhưng nếu sử dụng vào việc giúp lưu hành kinh sách thì lợi ích sẽ lớn lao không thể suy lường. Đó là vì đã giúp cho nhiều người có thể hiểu và làm theo lời Phật dạy. Mong sao quý Phật tử khắp nơi đều lưu tâm đóng góp sức mình vào những việc như trên.

TINH YẾU THỰC HÀNH PHÁP THÍ

- Mua thỉnh kinh sách về đọc, tự mình sẽ được rất nhiều lợi ích.

- Chia sẻ, truyền rộng bằng cách cho mượn, biếu tặng kinh sách đến nhiều người thì lợi ích ấy càng tăng thêm gấp nhiều lần.

- Đóng góp công sức, tài vật để hỗ trợ công việc biên soạn, dịch thuật, giảng giải, in ấn, lưu hành kinh sách thì công đức lớn lao không thể suy lường, vì có vô số người sẽ được lợi ích từ việc lưu hành kinh sách.

www.ingramcontent.com/pod-product-compliance
Ingram Content Group UK Ltd.
Pitfield, Milton Keynes, MK11 3LW, UK
UKHW022227230426
12048UKWH00016BA/1102